School Plus

AF658712

സസ്യലോകത്തിലെ കൗതുകങ്ങൾ

Sasyalokathile Kauthukangal
School Plus

Dr. Sheejakumari Koduvazhanoor

CHINTHA PUBLISHERS
Thiruvananthapuram

First Edition
November 2017

Second Edition
April 2019

Third Impression
April 2021

Third Edition
February 2023

Published
Chintha Publishers, Thiruvananthapuram

Cover Design
Midas

ISBN - 978-93-86637-31-4

CR - SP / 3308 / 6344

Email: chinthapublishers@gmail.com
Website: www.chinthapublishers.com

A version is available at National Libraries
Kolkata, Mumbai, Chennai and Delhi

Distribution
DESHABHIMANI BOOKHOUSE
H O Thiruvananthapuram 695035

Branch
Head Office Kunnukuzhi • Statue Thiruvananthapuram
KSRTC Bus Terminal Thampanoor • Saphalyam Complex Thiruvananthapuram
KSRTC Bus Station Alappuzha • KSRTC Bus Station Ernakulam
Machingal Lane Thrissur • IG Road Kozhikode
Mavoor Road Kozhikode • NGO Union Building Kannur
Central Bus Terminal Complex Thavakkara Kannur

സസ്യലോകത്തിലെ കൗതുകങ്ങൾ

ഡോ. ഷീജാകുമാരി കൊടുവഴന്നൂർ

ചിന്ത പബ്ലിഷേഴ്സ്
തിരുവനന്തപുരം-695 035

ഡോ. ഷീജാകുമാരി കൊടുവഴന്നൂർ

തിരുവനന്തപുരം ജില്ലയിലെ കൊടുവഴന്നൂരിൽ ജനനം. അച്ഛനമ്മമാർ അദ്ധ്യാപകരായ ജി രവീന്ദ്രൻ നായരും, പി തങ്കമണിയമ്മയും. കൊടുവഴന്നൂർ ഗവ. ഹൈസ്കൂൾ, രാജാ രവിവർമ്മ ഗേൾസ് ഹൈസ്കൂൾ എന്നിവിടങ്ങളിൽ സ്കൂൾ വിദ്യാഭ്യാസം. സസ്യശാസ്ത്രത്തിലും എഡ്യൂക്കേഷനിലും ബിരുദാനന്തര ബിരുദവും എഡ്യൂക്കേഷനിൽ ഡോക്ടറേറ്റും വിദ്യാഭ്യാസ മാനേജ്മെന്റിൽ രണ്ട് ഡിപ്ലോമകളും നേടിയിട്ടുണ്ട്. 2006 മുതൽ വിവിധ ആനുകാലികങ്ങളിൽ ലേഖനങ്ങളും കവിതകളും പ്രസിദ്ധീകരിച്ചു വരുന്നു. ദൂരദർശൻ, ആകാശവാണി എന്നിവയിൽ ലളിതഗാനങ്ങളും ആകാശവാണിയിൽ ഫീച്ചറുകളും അവതരിപ്പിക്കപ്പെട്ടിട്ടുണ്ട്. *സസ്യങ്ങൾ വിശ്വാസങ്ങളിൽ* എന്ന പേരിൽ ഒരു പുസ്തകം പ്രസിദ്ധീകരിച്ചിട്ടുണ്ട്. പരിസ്ഥിതി സംരക്ഷണ സംരംഭങ്ങളുമായും സാമൂഹ്യക്ഷേമസംരംഭങ്ങളുമായും ബന്ധപ്പെട്ട് പ്രവർത്തിക്കുന്നുണ്ട്. ഇപ്പോൾ തിരുവനന്തപുരം ഡയറ്റിൽ പ്ലാനിങ് ആന്റ് മാനേജ്മെന്റ് ലക്ചററായി ജോലി നോക്കുന്നു. *സസ്യങ്ങൾ വിശ്വാസങ്ങളിൽ* എന്ന പുസ്തകത്തിന് സഹ്യാദ്രി നാചറൽ ഹിസ്റ്ററി സൊസൈറ്റിയുടെ പരിസ്ഥിതി സാഹിത്യ പുരസ്കാരം ലഭിച്ചിട്ടുണ്ട്.

ഭർത്താവ് : ശ്രീ. വി വേണുകുമാർ
മക്കൾ : നിതിൻ വേണു, നിരഞ്ജനാ വേണു
വിലാസം : വൈഷ്ണവം
കെ പി ആർ എ 96
എൽ എം എസ് ജങ്ഷൻ
ആറ്റിങ്ങൽ
തിരുവനന്തപുരം
ഇ മെയിൽ : sheejavenukumar@gmail.com

ഉള്ളടക്കം

പ്രസാധകക്കുറിപ്പ്

ഒരു അംഗീകൃത പാഠപദ്ധതിയുടെ അടിസ്ഥാനത്തിലുള്ള പാഠ്യക്രമമനുസരിച്ചാണ് നമ്മുടെ സ്കൂൾ സമ്പ്രദായത്തിൽ പാഠപുസ്തകങ്ങൾ തയ്യാറാക്കപ്പെടുന്നത്. അംഗീകൃത യോഗ്യതകൾ ഉള്ള അദ്ധ്യാപകർ അതു പഠിപ്പിക്കുന്നു. കുട്ടികൾ അതു പഠിക്കുകയും വിവിധ നിലകളിൽ മാർക്കു നേടി വിജയം കരസ്ഥമാക്കുകയും ചെയ്യുന്നു. ഇതെല്ലാമായിട്ടും തങ്ങൾ പഠിക്കുന്ന പാഠങ്ങളുമായി ബന്ധപ്പെട്ട് അറിഞ്ഞിരിക്കേണ്ടതും പഠിച്ചിരിക്കേണ്ടതുമായ പല അറിവുകളും വിട്ടുപോകുന്നു. പാഠഭാഗങ്ങളിൽ പെട്ടതു തന്നെയും ദുർഗ്രാഹ്യവും വിരസവും ആയതുകൊണ്ട് അവ മനസ്സിൽ പതിയുകയോ അറിവു വളർത്തുകയോ ചെയ്യാതെ പോകുന്നു.

ഇതൊരു കുറവുതന്നെയാണ്. ഈ കുറവ് എങ്ങനെ പരിഹരിക്കാം. അദ്ധ്യാപകരെന്ന നിലയിൽ സമർത്ഥരും എഴുത്തുകാരുമായ അദ്ധ്യാപകരുടെ കൂട്ടായ്മയെ ഈ വെല്ലുവിളി ഏറ്റെടുക്കുവാൻ തയ്യാറാക്കി. അതിന്റെ ഫലമാണ് *സ്കൂൾ പ്ലസ്* എന്ന പുസ്തകപരമ്പര. പാഠപുസ്തകത്തിൽ പകർന്നു കിട്ടുന്ന എല്ലാ അറിവിന്റെയും അനുബന്ധ വിവരങ്ങളാണ് ഈ പുസ്തകങ്ങളുടെ ഉള്ളടക്കം. സുഗ്രാഹ്യമായും രസകരമായുമാണ് ഈ പുസ്തകങ്ങൾ രചിക്കപ്പെട്ടിരിക്കുന്നത്. ഓരോ ക്ലാസിലെയും എല്ലാ

കുട്ടികളുടെയും അറിവിന്റെ ചക്രവാളം വികസ്വരമാക്കുവാനും പുതിയ അധികപുസ്തകങ്ങൾ തേടിപ്പിടിച്ചു വായിക്കുവാനും ഈ പുസ്തകപരമ്പര സഹായകമാകും.

സസ്യശാസ്ത്ര സംബന്ധിയായ അധിക അറിവുകളാണ് ഈ പുസ്തകത്തിൽ അടങ്ങിയിരിക്കുന്നത്. പഠിച്ചത് ഉറപ്പിക്കാനും കൂടുതൽ അറിവുകൂട്ടിച്ചേർക്കാനും ഇത് നല്ല ഒരു സഹായിയാണ്.

ലക്ഷ്യബോധത്തോടെ ഞങ്ങൾ ഇത് പ്രസിദ്ധീകരിക്കുന്നു. ഇത് കുട്ടികൾക്കു ലഭ്യമാക്കുക.

ചിന്ത പബ്ലിഷേഴ്സ്

അവതാരിക

ജൈവവൈവിദ്ധ്യങ്ങളിലേക്കുള്ള യാത്ര ഹൃദയത്തിനു ഹരിതാഭ പകർന്നു നല്കുക മാത്രമല്ല, പലപ്പോഴും നമ്മെ അത്ഭുതപരതന്ത്രരാക്കുകയും ചെയ്യുന്നു എന്നത് പരമപ്രധാനമായ വസ്തുതയാണല്ലോ? ജന്തുക്കളുടെ എല്ലാ ശാരീരിക തൃഷ്ണകളെയും രോഗങ്ങളെയും ശമപ്പെടുത്തുന്ന ഔഷധമാണ് സസ്യങ്ങൾ എന്നു പറയാം. വേരായും കാണ്ഡമായും ഇലയായും പൂവായും ഫലമായും വിത്തായും സമൂലം മാനവജീവിതത്തെ, ജന്തുജീവിതത്തെ ഉള്ളടക്കം ചെയ്തിരിക്കുന്നത് സസ്യകുലത്തിന്റെ നന്മകളിലല്ലാതെ മറ്റെന്തിലാണ്?

കവയിത്രിയും അദ്ധ്യാപികയുമായ ഡോ ഷീജാകുമാരി കൊടുവഴന്നൂരിന്റെ *സസ്യലോകത്തിലെ കൗതുകങ്ങൾ* എന്ന പുസ്തകം വായനയുടെയും അറിവിന്റെയും രസങ്ങൾ സമഞ്ജസപ്പെടുത്തി രൂപകല്പന ചെയ്തിട്ടുള്ളതാണ്. ഭൂമിയുടെ പ്രാണദാതാക്കളായ സസ്യങ്ങളെക്കുറിച്ച് ഒട്ടനവധി ഗ്രന്ഥങ്ങൾ നമുക്കുണ്ട്. എന്നാൽ, ഏതാനും സസ്യങ്ങളുടെ കൗതുക പ്രകൃതിയെക്കുറിച്ചുള്ള ഋജുവും ലഘുവുമായ വിവരണമാണ് ഈ കൃതിയുടെ സവിശേഷത. കുട്ടികൾ മാത്രമല്ല, മുതിർന്നവരും അവശ്യം അറിഞ്ഞിരിക്കേണ്ട അത്ഭുതാവഹമായ സസ്യസവിശേഷതകൾ ധാരാളമാണ് ഇതിൽ.

ജലസംഭരണികളായ ബോട്ടിൽ ട്രീ, ഇലക്കുമ്പിളുകളുള്ള കൃഷ്ണനാൽ, മാംസാഹാരികളായ ഹെലിയാംഫോറ, ഡ്രോസീറ തുടങ്ങിയവയെക്കുറിച്ചും ഏതാനും ചില ഔഷധസസ്യങ്ങളെക്കുറിച്ചും ഉള്ള അറിവുകൾ ഈ കൃതി പ്രകാശിപ്പിക്കുന്നു. നമുക്ക് വളരെ പരിചിതങ്ങളായ വിഷസസ്യ ങ്ങളെക്കുറിച്ചും, ചില സസ്യങ്ങളിലെ വിഷഭാഗങ്ങളെക്കുറിച്ചും ഈ പുസ്തകത്തിലൂടെ ലഭിക്കുന്ന അറിവ് കുട്ടികൾക്ക് അവശ്യം തന്നെയാണ്. അരളിക്കായ്, ഉമ്മത്തിൻ കായ് എന്നിവയിലെ കടുത്ത വിഷസാന്നിദ്ധ്യവും മരച്ചീനിയെപ്പോലുള്ള ഭക്ഷണ പദാർത്ഥങ്ങളിലെ ചെറിയ വിഷാംശവും ഇതിൽ ചർച്ച ചെയ്യപ്പെടുന്നുണ്ട്.

സസ്യശാസ്ത്ര വിഭാഗത്തിൽപ്പെട്ട ഈ പുസ്തകത്തിന്റെ ഏറ്റവും വലിയ പ്രത്യേകത അതിന്റെ വായനാക്ഷമത അഥവാ 'റീഡബിലിറ്റി' തന്നെയാണ്. ശാസ്ത്രവും കൗതുകവും സമന്വയിപ്പിച്ചുകൊണ്ട്, അദ്ധ്യാപികയുടെ കുശലതയോടെ, മികവോടെ ഈ പുസ്തകം ഒരുക്കാൻ കഴിഞ്ഞിരിക്കുന്നു.

വിഷയാധിഷ്ഠിതമായ ഒരു പുസ്തകം, ആ വിഷയത്തി ലുള്ള അധികവായനയ്ക്ക്, അതായത് ആധികാരിക പഠനത്തി ലേയ്ക്ക് വായനക്കാരനെ നയിക്കാൻ കെല്പുള്ളതാവണം. ഈ ചെറിയ പുസ്തകത്തിന്റെ മേന്മയും അതുതന്നെയാണ്. സസ്യശാസ്ത്രകൗതുകത്തിലേക്കുള്ള തുടർവായനയ്ക്ക്, പഠനത്തിന്, പ്രോത്സാഹനം നല്കുന്ന ഈ പുസ്തകം പ്രത്യേകിച്ച് സ്കൂൾ ലൈബ്രറികൾക്ക് അനിവാര്യമാണ് എന്നു സൂചിപ്പിക്കുന്നു. ആശംസകളോടെ

കരിങ്ങന്നൂർ ശ്രീകുമാർ

മുഖമൊഴി

ബാല്യം കളികളുടെയും ഭാവനകളുടെയും കാലമാണ്. പൂവുകളുടെയും പൂമ്പാറ്റകളുടെയും ലോകത്ത് ചിറകുനീർത്തി പാറിപ്പറന്നു കുരുന്നു കല്പനകൾ പുതിയ മാനങ്ങൾ തേടുമ്പോൾ വളർച്ചയുടെ ഉയരങ്ങൾ അവരെ തേടിയെത്തുന്നു. ഭാവനയോടൊപ്പം തന്നെ അറിവും കഴിവും വികസിപ്പിക്കാൻ പറ്റിയ പ്രായമാണ് ബാല്യം. കുരുന്നു മനസ്സുകളിലെഴുതുന്നതൊക്കെയും ശിലാലിഖിതങ്ങൾപോലെ പതിയുന്ന ഈ പ്രായം കൗതുകങ്ങളുടെയും അന്വേഷണങ്ങളുടെയും കാലമാണ്. അറിവിന്റെ നിറവിനായി കുരുന്നുമനസ്സുകൾ ഒരുങ്ങുന്ന ഈ കാലഘട്ടത്തിൽ ചുറ്റുമുള്ള ലോകം അവരെ ഹഠാദാകർഷിക്കുന്നു. അവിടത്തെ ഓരോ തുടിപ്പുകളും അവരുടെ വളർച്ചയ്ക്ക് വളമേകുന്നു. കഴിവുകൾക്ക് ആക്കം കൂട്ടുന്നു. നിരീക്ഷിച്ചും സാമ്യവ്യത്യാസങ്ങൾ കണ്ടെത്തിയും അവർ ജീവലോകത്തിലെ ബന്ധങ്ങളെ തിരിച്ചറിയുന്നു. ലോകത്തിലെ ജീവി വർഗ്ഗങ്ങളുടെ കൗതുകകരമായ ജീവിതരീതികളും വളർച്ചാ ശൈലികളും വംശസംരക്ഷണമാർഗ്ഗങ്ങളും അവരെ ആകർഷിക്കുന്നു. അവയെക്കുറിച്ചുള്ള അറിവ് ജീവലോകത്തിന്റെ സംരക്ഷണത്തിനുള്ള പ്രതിബദ്ധത അവരിൽ നിറയ്ക്കുന്നു. ഇപ്രകാരം ബാല്യത്തിന്റെ കൗതുകങ്ങളെയും കുതൂഹലങ്ങളെയും അന്വേഷണാത്മകമായി

ജീവലോകത്തിന്റെ സവിശേഷതകളിലേക്കു ചൂണ്ടുവാനുള്ള ഒരു എളിയ ശ്രമമാണ് *സസ്യലോകത്തിലെ കൗതുകങ്ങൾ* എന്ന ഈ പുസ്തകത്തിനു പിന്നിൽ. സസ്യലോകത്തിലെ ചില അംഗങ്ങളുടെ കൗതുകകരമായ ചില പ്രത്യേകതകളിലേക്ക് കുട്ടികളുടെ ശ്രദ്ധയാകർഷിക്കുന്നത് ഭൂമിയിലെ ജീവന്റെ സംരക്ഷകരായ സസ്യങ്ങളോട് കുട്ടികൾക്ക് താല്പര്യമുണ്ടാകാനും അവയെ സംരക്ഷിക്കാനുള്ള മനോഭാവമുണ്ടാകാനും സഹായകമാകുമെന്നുറപ്പാണ്. പൂക്കളെയും പഴങ്ങളെയും മാത്രമല്ല, അഴകിന്റെ മരതകക്കൊടികളായി വിരാജിക്കുന്ന ഓരോ സസ്യത്തെയും സ്നേഹിക്കുവാൻ അവർക്കു കഴിയണം. സവിശേഷതകളുള്ള സസ്യങ്ങളെക്കുറിച്ചറിയുന്നത് കൂടുതലായി സസ്യലോകത്തെ നിരീക്ഷിക്കുവാനും പ്രത്യേകതകൾ കണ്ടെത്തുവാനും ഉള്ള കഴിവ് കുട്ടികളിലുണ്ടാക്കുമെന്നും പ്രതീക്ഷിക്കുന്നു. ആ ലക്ഷ്യത്തോടെ സസ്യലോകത്തെക്കുറിച്ചുള്ള അറിവിന്റെ ഈ ചെറുകണം അറിവിനെയും അക്ഷരങ്ങളെയും സ്നേഹിക്കുന്ന കുരുന്നുമനസ്സുകൾക്കു മുന്നിൽ വാത്സല്യപൂർവ്വം സമർപ്പിക്കുന്നു. അവരുടെ അറിവിന്റെ ചെപ്പിൽ നിറയ്ക്കാൻ ഒരു മുത്തെങ്കിലും നല്കാൻ ഈ കൃതിക്കു കഴിയുമെങ്കിൽ ഈ ചെറു ഉദ്യമം സഫലമായി.

ഡോ. ഷീജാകുമാരി കൊടുവഴന്നൂർ

സസ്യലോകത്തിലെ കൗതുകങ്ങൾ

സസ്യങ്ങൾ ഇല്ലാത്ത ഒരു അവസ്ഥയെക്കുറിച്ച് നിങ്ങൾ എന്നെങ്കിലും ആലോചിച്ചിട്ടുണ്ടോ കൂട്ടുകാരേ? ഒന്നാലോചിച്ചു നോക്കൂ. ഭൂമിയിലെങ്ങും പച്ചപ്പില്ല, കുളിരുള്ള തണലുകളില്ല, കഴിക്കാൻ ആഹാരമില്ല, ശ്വസിക്കാൻ ഓക്സിജനില്ല. അതുകൊണ്ടുതന്നെ ജീവികൾക്ക് ജീവിക്കാനാകാത്ത അവസ്ഥ. കാറ്റുവന്നാൽ പൊടിപടലങ്ങൾ അന്തരീക്ഷമാകെ നിറയും. അതിനെ ഒരു പരിധിവരെ പ്രതിരോധിച്ചിരുന്നത് സസ്യങ്ങളാണല്ലോ. അന്തരീക്ഷത്തിലെ കാർബൺഡയോക്സൈഡ് വലിച്ചെടുക്കാൻ സസ്യങ്ങളില്ലാത്തതിനാൽ അത് വായുവിൽ തങ്ങിനിന്ന് അന്തരീക്ഷത്തിലെ ചൂട് കൂടുന്നു. ചുരുക്കത്തിൽ ഭൂമി വാസയോഗ്യമല്ലാത്ത അവസ്ഥ വരും.

ഭൂമിയിൽ ജീവലോകത്തെ നിലനിർത്തിപ്പോരുന്നതിൽ മുഖ്യപങ്കു വഹിക്കുന്നത് സസ്യങ്ങളാണ് എന്ന് ഇതിൽനിന്ന് മനസ്സിലായല്ലോ. ഹരിതകത്തിന്റെ സഹായത്താൽ സ്വയം ആഹാരം നിർമ്മിക്കാൻ കഴിവുള്ള ജീവിവർഗ്ഗമായ സസ്യങ്ങൾ എല്ലാ ജീവികൾക്കുമുള്ള ആഹാരം നിർമ്മിക്കുകയും ശ്വസിക്കാനുള്ള ഓക്സിജൻ പുറത്തു വിടുകയും കാർബൺഡയോക്സൈഡിനെ വലിച്ചെടുത്ത് അന്തരീക്ഷം ശുദ്ധീകരിക്കുകയും ചെയ്യുന്നതായി നിങ്ങൾ പഠിച്ചിട്ടുണ്ടാവുമല്ലോ. ശാസ്ത്രജ്ഞന്മാർ കണ്ടെത്തിയ കൗതുകകരമായ ഒരു കണക്കു കേൾക്കൂ. ഒരാൾക്ക് ഒരു മണിക്കൂർ ശ്വസിക്കാൻ 50 ലിറ്റർ ഓക്സിജൻ വേണം. ഒരു ഇലയ്ക്ക്

പുറത്തുവിടാൻ കഴിയുന്നതാകട്ടെ, 5 മില്ലി ലിറ്റർ ഓക്സിജൻ മാത്രം. അങ്ങനെയെങ്കിൽ ഒരാൾക്കാവശ്യമായ ഓക്സിജൻ നിർമ്മിക്കാൻ തന്നെ എത്ര ഇലകൾ വേണമെന്നു കണക്കുകൂട്ടി നോക്കൂ. പതിനായിരക്കണക്കിനു ഇലകൾ വേണ്ടിവരുമല്ലേ? അങ്ങനെയെങ്കിൽ ലോകത്താകമാനമുള്ള ആളുകൾക്ക് ശ്വസിക്കാൻ ആവശ്യമായ ഓക്സിജൻ പുറപ്പെടുവിക്കാൻ എത്ര ഇലകൾ വേണ്ടിവരുമെന്നു ചിന്തിച്ചു നോക്കൂ. അത്രയും ഇലകളുണ്ടാകാൻ എത്രമരങ്ങൾ വേണമെന്നു ചിന്തിച്ചു നോക്കൂ. വേറെയും ധാരാളം പ്രയോജനങ്ങളുള്ളവയാണ് സസ്യങ്ങൾ. എണ്ണിയാലൊടുങ്ങാത്ത പ്രയോജനങ്ങൾകൊണ്ട് മാത്രമല്ല സസ്യലോകം ശ്രദ്ധേയമാകുന്നത്. കൗതുകകരങ്ങളായ ഒട്ടേറെ സവിശേഷതകൾ ഉള്ളതുകൊണ്ട് കൂടിയാണ്. നിങ്ങൾ തൊട്ടാൽ പരിഭവിച്ചു കൂമ്പുന്ന തൊട്ടാവാടിയെ ശ്രദ്ധിച്ചിട്ടില്ലേ? തൊട്ടാൽ ചൊറിയുന്നവയും, തിന്നാൽ തിന്നയാൾ മരിക്കുന്നത്ര വിഷമുള്ളവയും കാണ്ഡത്തിൽ വെള്ളം സംഭരിച്ചു വയ്ക്കുന്നവയും, എന്തിനേറെ, മാംസം തിന്നുന്നവ പോലും സസ്യങ്ങളുടെ കൂട്ടത്തിലുണ്ട്. സസ്യലോകത്തിലെ അത്തരം കൗതുകങ്ങളെക്കുറിച്ച് നമുക്ക് ഒരന്വേഷണമായാലോ?

1. കായ്കൾ പാത്രങ്ങളാക്കുന്നോർ

നിങ്ങൾ സ്കൂളിലേക്ക് വെള്ളം കൊണ്ടുപോകുവാൻ ഉപയോഗിക്കുന്നതെന്താണ്? പ്ലാസ്റ്റിക് കുപ്പികൾ അല്ലേ? എന്നാൽ പണ്ടുകാലങ്ങളിൽ വെള്ളം കൊണ്ടുപോകാനും വിത്തുകൾ സൂക്ഷിക്കാനും ഒക്കെ ഉപയോഗിച്ചിരുന്ന സസ്യങ്ങളുണ്ട്. അവയുടെ കായ്കൾ ഉണങ്ങുമ്പോൾ പാത്രങ്ങളായി ഉപയോഗിച്ചിരുന്നു. ചില പാത്രസസ്യങ്ങളെ പരിചയപ്പെടാം.

കമണ്ഡലു വൃക്ഷം

കമണ്ഡലുവിനെക്കുറിച്ചു നിങ്ങൾ കേട്ടിട്ടില്ലേ? പണ്ടത്തെ മഹർഷിമാർ ജലം ശേഖരിച്ചു വയ്ക്കാനുപയോഗിച്ചിരുന്ന പാത്രങ്ങളാണ് കമണ്ഡലു. കാഴ്ചയിലും ഉപയോഗത്തിലും കായ്കൾ കമണ്ഡലുവിനെ അനുകരിക്കുന്ന ഒരു സസ്യമുണ്ട്. ഇതിന്റെ കായ്കൾക്ക് കമണ്ഡലുവിന്റെ അതേ ആകൃതിയാണുള്ളത്. ഇവ ജലപാത്രമായും വസ്തുക്കൾ ശേഖരിച്ചു വയ്ക്കുന്നതിനുള്ള പാത്രമായും ഉപയോഗിക്കാറുണ്ട്. ഇതിന്റെ ശാസ്ത്രനാമം

ക്രെസെൻഷ്യ എൻജേത (Crescentia enjetha) എന്നാണ് ഇത് ബിഗ്നോണിയേസിയെ കുടുംബത്തിൽ പ്പെട്ട ഒരു ദ്വിബീജപത്രസസ്യമാണ്.

ഇന്ത്യയിലും ഈ വൃക്ഷം വളരുന്നുണ്ട്. കേരളത്തിൽ ചെങ്ങന്നൂർ ദേവീ ക്ഷേത്രത്തിൽ ഈ വൃക്ഷം വളർന്നു കായ്ച്ചു നില്പുണ്ട്.

ചുരയ്ക്ക (Bottle gourd)

നമ്മുടെ നാട്ടിൽ ഒരു പച്ചക്കറിയായി നട്ടു വളർത്താറുള്ള ചുരയ്ക്ക കണ്ടിട്ടില്ലേ? ഇതിന്റെ ശാസ്ത്രനാമം: ലാജനേറിയ സിസറേറിയ (Lagenaria siceraria) എന്നാണ്. ചുരയ്ക്കയുടെ കായ്കൾക്ക് സാധാരണയായി കുപ്പിയുടെ ആകൃതിയാണ് ഉള്ളത്. എങ്കിലും വിവിധ ആകൃതികളിൽ കായ്കളുള്ള ചുരയ്ക്കയിനങ്ങൾ കാണാറുണ്ട്. സാധാരണയായി കാണപ്പെടുന്ന ഇനത്തിന്റെ കായ്കളുടെ ആകൃതികൊണ്ടാണ് ഇതിനെ ബോട്ടിൽ ഗാർഡ് എന്നു വിളിക്കുന്നത്. മൂത്തു പാകമായിക്കഴിഞ്ഞ ചുരയ്ക്കയുടെ പുറംതോടിനു നല്ല കട്ടിയാണ്. ഇത് ഉണക്കി, പണ്ടുകാലങ്ങളിൽ വിത്തുകളും മറ്റും കേടുകൂടാതെ സൂക്ഷിക്കുന്നതിനും വെള്ളം നിറച്ചു വയ്ക്കുന്നതിനും ഉപയോഗിച്ചിരുന്നു.

വലിയ ഇലകളോടുകൂടി വേഗത്തിൽ വളരുന്ന ഒരു വള്ളിച്ചെടിയാണ് ചുരയ്ക്ക. വെളുത്ത നിറത്തിൽ അധികം ആകർഷകമല്ലാത്ത പൂക്കളാണ് ഇതിനുള്ളത്.

ധാരാളം പോഷ

കാംശമുള്ള കായ്കളാണ് ചുരയ്ക്കയുടേത്. ജലാംശവും ധാതുക്കളും ഇതിൽ ധാരാളം അടങ്ങിയിരിക്കുന്നു. കാർബോഹൈഡ്രേറ്റ്, ഭക്ഷ്യനാരുകൾ, വിറ്റമിൻ എ, വിറ്റമിൻ ബി 6, വിറ്റമിൻ ബി 12, വിറ്റമിൻ സി, കാത്സ്യം, മഗ്നീഷ്യം, ഇരുമ്പ്, സോഡിയം, പൊട്ടാസ്യം എന്നിവ ഇതിൽ അടങ്ങിയിട്ടുണ്ട്. എന്നാൽ കലോറിക മൂല്യം 100 ഗ്രാമിന് 14 കലോറി എന്ന നിരക്കിൽ മാത്രമാണ്. ചുരയ്ക്കയ്ക്ക് ഔഷധമൂല്യവുമുണ്ട്. ധാരാളം ജലാംശവും ഭക്ഷ്യനാരുകളും അടങ്ങിയിട്ടുള്ളതിനാൽ ചുരയ്ക്ക ദഹനേന്ദ്രിയവ്യൂഹത്തിന്റെ പ്രവർത്തനം സുഗമമാക്കുന്നു. രാവിലെ വെറും വയറ്റിൽ ചുരയ്ക്ക നീര് കഴിക്കുന്നത് അകാലനര ഒഴിവാക്കാൻ സഹായിക്കുന്നു. എള്ളെണ്ണയും ചുരയ്ക്കാനീരും ചേർത്ത് കഴിക്കുന്നത് ഇൻസോമ്നിയക്കെതിരെ ഫലപ്രദമാണ്. ശരീരതാപം കുറയ്ക്കാനുള്ള കഴിവ് ചുരയ്ക്കയ്ക്കുണ്ട്. അതിനാൽ വേനല്ക്കാലത്തുള്ള ക്ഷീണമകറ്റി ഉന്മേഷം നല്കുന്നതിനും ദാഹമകറ്റുന്നതിനും ചുരയ്ക്ക നീര് കഴിക്കുന്നത് നല്ലതാണ്. ചുരയ്ക്കയിൽ ഡൈയൂററ്റിക് ഘടകങ്ങളുള്ളതിനാൽ മൂത്രം ചുടിച്ചിൽ ഒഴിവാക്കാൻ അതിനു കഴിയും. ഇതിന്റെ തുടർച്ചയായ ഉപയോഗം എപ്പിലെപ്സി, മാനസിക അസ്വാസ്ഥ്യങ്ങൾ എന്നിവയ്ക്ക് പ്രത്യൗഷധമാണ്. രക്താതിസമ്മർദ്ദം, പ്രമേഹരോഗം എന്നിവയുള്ളവർക്ക് ചുരയ്ക്കയുടെ ഉപയോഗം ആശ്വാസമേകും.

ചുരയ്ക്കയ്ക്ക് ഔഷധഗുണങ്ങളേറെയുണ്ടെങ്കിലും ചിലപ്പോൾ അതിന് കയ്പ്പ് അനുഭവപ്പെടുന്ന അവസരങ്ങളിൽ അതുപയോഗിക്കുന്നത് ദോഷകരമാണ്. അതിനാൽ ചുരയ്ക്ക ഉപയോഗിക്കുന്നതിനുമുമ്പ് ചില മുൻകരുതലുകൾ എടുക്കേണ്ടതുണ്ട്. ചെറിയ ഒരു കഷ്ണം രുചിച്ചു നോക്കുമ്പോൾ കയ്പ്പ് അനുഭവപ്പെട്ടാൽ അത് ഉപയോഗിക്കാൻ പാടില്ല. – ചുരയ്ക്ക നീര് മറ്റ് പഴച്ചാറുകളുമായോ പാവയ്ക്ക പോലുള്ള പച്ചക്കറികളുമായോ ചേർത്ത് കഴിക്കാൻ പാടില്ല. അതായത് ചുരയ്ക്ക നീരിന്റെ തനതായ രുചിയെ വേറിട്ടറിയുന്നതു തടയുന്ന തരത്തിലുള്ള മിശ്രണങ്ങൾ പാടില്ല. കയ്പ്പുള്ള പക്ഷം അതറിയാനുള്ള അവസരം നഷ്ടപ്പെടുമെന്നതിനാലാണിത്. ചുരയ്ക്ക ചെറിയ കഷണങ്ങളാക്കി ഓലൻ വയ്ക്കാനുപയോഗിക്കുന്നു. കൂടാതെ അവിയൽ, സാമ്പാർ തുടങ്ങിയവയിൽ ചേർക്കുന്നതിനും ഉപയോഗിക്കുന്നു. ഉണക്കമീൻ ചേർത്ത് അവിയൽ രൂപത്തിലും ചുരയ്ക്ക കറിവയ്ക്കാറുണ്ട്. ചുരയ്ക്ക നീര് കുടിക്കാനും ഉപയോഗിക്കുന്നു.

വിഷം പേറുന്നവർ

വിഷമുള്ള ജന്തുക്കളെക്കുറിച്ച് നിങ്ങൾ കേട്ടിട്ടുണ്ടാകും. പാമ്പ്, കടന്നൽ, പഴുതാര, തേൾ എന്നിവ വിഷമുള്ളവയാണെന്ന് നിങ്ങൾക്കറിയാം. എന്തിനാണ് ഇവയ്ക്ക് ഈ വിഷമെന്ന് ചിന്തിച്ചിട്ടുണ്ടോ? അവയ്ക്ക് ശത്രുക്കളെ പ്രതിരോധിക്കുന്നതിനാണ് വിഷം പ്രയോജനപ്പെടുന്നത്. വിഷജന്തുക്കളെപ്പോലെ വിഷമുള്ള സസ്യങ്ങളുമുണ്ടെന്ന് നിങ്ങൾക്കറിയാമോ? വിഷജന്തുക്കളെപ്പോലെ അവയ്ക്കും, അവയെ ആഹാരമാക്കുന്ന സസ്യഭുക്കുകളായ ജന്തുക്കളിൽനിന്ന് രക്ഷനേടുന്നതിന് പ്രകൃതി നല്കിയിരിക്കുന്ന ഉപാധിയാണ്, അവയുടെ ശരീരഭാഗങ്ങളിലുള്ള വിഷം. ഇവയിലടങ്ങിയിരിക്കുന്ന വിവിധതരം ജൈവരാസികവസ്തുക്കളാണ് വിഷമായി പ്രവർത്തിക്കുന്നത്. ഏകദേശം എഴുന്നൂറോളം വിഷസസ്യങ്ങളെ കണ്ടെത്തിയിട്ടുണ്ട്. സസ്യങ്ങളിലെ വിഷസാന്നിദ്ധ്യത്തിന് ചില പ്രത്യേകതകളുണ്ട്.

- ഒരു സസ്യത്തിന്റെ എല്ലാ ഭാഗത്തുമോ ചില ഭാഗങ്ങളിൽ മാത്രമായോ വിഷാംശം ഉണ്ടാകാം. ഉദാഹരണമായി ആത്തിയുടെ ഫലം ഭക്ഷ്യയോഗ്യമാണ്, എന്നാൽ കുരു വിഷമാണ്.
- ഒരു ജീവിക്ക് വിഷകരമായ സസ്യം മറ്റൊരു ജീവിക്ക് വിഷമാകണമെന്നില്ല. ഉദാ: മനുഷ്യർക്ക് വിഷബാധയ്ക്ക് കാരണമായ കൂണുകൾ മുയലുകൾക്ക് വിഷബാധയുണ്ടാക്കുന്നില്ല.
- അലർജികൾ, ശരീരഭാഗങ്ങൾ തളർന്നുപോകുന്ന അവസ്ഥ,

തുടങ്ങി മരണംവരെ സംഭവിക്കാവുന്ന വിഷപദാർത്ഥങ്ങൾ ഉള്ള സസ്യങ്ങളുണ്ട്.

- ചില സസ്യങ്ങളിൽ എല്ലാ സമയത്തും വിഷാംശം ഉണ്ടാകി ല്ല. വർഷത്തിൽ ചില പ്രത്യേകസമയങ്ങളിൽ മാത്രമാണ് ഇത്തരം സസ്യങ്ങളിൽ വിഷാംശം ഉണ്ടാകുക.
- പച്ചയായിരിക്കുമ്പോൾ വിഷബാധയ്ക്കു കാരണമായിത്തീ രാവുന്ന സസ്യഭാഗങ്ങൾ മിക്കപ്പോഴും ഉണക്കുകയോ വേവി ക്കുകയോ ചെയ്യുമ്പോൾ അവയിലെ വിഷാംശം നഷ്ടമാ യെന്നു വരാം.
- കൂടിയ അളവിൽ വിഷബാധയ്ക്കു കാരണമാവുന്ന സസ്യ പദാർത്ഥം തന്നെ ചിലപ്പോൾ നേർത്ത അളവിലും മറ്റു പദാർത്ഥങ്ങളോടു ചേർത്തും ഔഷധമായി ഉപയോഗിക്കാ റുണ്ട്.
- വിഷസസ്യങ്ങളിൽ മിക്കതിലും ആകർഷകമായ പൂവുകളോ കായ്കളോ ഉണ്ടായിരിക്കും.
- വിഷപദാർത്ഥങ്ങൾ ഉല്പാദിപ്പിക്കുന്ന സസ്യങ്ങളെ വിവിധ വിഭാഗങ്ങൾ ആയി തിരിച്ചിരിക്കുന്നു.

ആല്ക്കലോയിഡുകൾ അടങ്ങിയവ

സയനോജനറ്റിക് പദാർത്ഥങ്ങൾ അടങ്ങിയവ

ഗ്ലൂക്കോസൈഡുകളോ ഗ്ലൈക്കോസൈഡുകളോ അടങ്ങി യവ

സാപോണിൻ അടങ്ങിയവ

പ്രകാശസംവേദനക്ഷമതയുള്ളവ

ടാനിക് ആസിഡ് അടങ്ങിയവ

റെസിൻ അടങ്ങിയവ

നമ്മുടെ നാട്ടിൽ കാണുന്ന പ്രധാന വിഷസസ്യങ്ങൾ ഏതെ ല്ലാമാണെന്നു നോക്കു.

ആവണക്ക്

നമ്മുടെ നാട്ടിൽ പണ്ടുക്കാലത്ത് കൺമഷിയുണ്ടാക്കാൻ മുത്തശ്ശിമാർ ഉപയോഗിച്ചിരുന്ന സസ്യമാണ് ആവണക്ക്. ഇതിന്റെ കുരുവാണ് കൺമഷി നിർമ്മാണത്തിനുപയോഗിച്ചിരുന്നത്. ഈ സസ്യത്തിന്റെ ശാസ്ത്രനാമം റിസിനസ് കമ്യൂണിസ് (Ricinus

Communis) എന്നാണ്. റിസിനസ് എന്ന ലാറ്റിൻ വാക്കിനർത്ഥം ചെള്ള് എന്നാണ്. ഇതിന്റെ വിത്തുകൾക്ക് ചെള്ളുമായി ഉള്ള സാദൃശ്യം കൊണ്ടാണ് ഈ പേരു വന്നത്. ഈ സാദൃശ്യം വിത്തു

വിതരണത്തിനുള്ള ഒരു അനുകൂലനമാണ്. ചെള്ള് ആണെന്നു കരുതി പക്ഷികൾ ആ വിത്തുകൾ കൊത്തിയെടുത്തു കൊണ്ടുപോകുകയും അത് ചെള്ള് അല്ലെന്നു മനസ്സിലാക്കി അവ ഉപേക്ഷിക്കുകയും ചെയ്യുന്നതു വഴിയാണ് ഇതിന്റെ വിത്തു വിതരണം നടക്കുന്നത്. കേശസംരക്ഷണത്തിനുള്ള ഉപാധിയായി ഉപയോഗിക്കുന്ന ആവണക്കെണ്ണ ഇതിൽനിന്നാണ് എടുക്കുന്നത്. ശുദ്ധീകരിച്ച ആവണക്കെണ്ണ വയറിളക്കാനുള്ള മരുന്നായും നല്കാറുണ്ട്.

കിഴക്കൻ ആഫ്രിക്കയാണിതിന്റെ ജന്മദേശമെങ്കിലും ഇപ്പോൾ ആവണക്ക് വ്യാപകമായി എല്ലായിടത്തും കാണാറുണ്ട്. ഈജിപ്റ്റിൽ ക്രി മു 4000 മാണ്ടിൽ നിർമ്മിക്കപ്പെട്ടിട്ടുള്ള ശവകുടീരങ്ങളിൽ ആവണക്കിൻ വിത്തുകൾ കാണപ്പെട്ടിരുന്നതായി ചരിത്രകാരന്മാർ രേഖപ്പെടുത്തിയതിൽനിന്നും അതിനുമുമ്പേ തന്നെ ഈ സസ്യം ഭൂമുഖത്തുണ്ടായിരുന്നതായും മനുഷ്യർ അതിന്റെ ഉപയോഗങ്ങൾ തിരിച്ചറിഞ്ഞിരുന്നതായും മനസ്സിലാക്കാം.

ആവണക്കിലടങ്ങിയിരിക്കുന്ന വിഷം റിസിൻ എന്ന മാരകമായ പ്രോട്ടീൻ ആണ്. ഇത് റൈബോസോമുകളെ പ്രവർത്തന രഹിതമാക്കുന്ന പ്രോട്ടീനാണ്. 1–2 വിത്തുകളിലടങ്ങിയിരിക്കുന്ന റിസിൻ പ്രായപൂർത്തിയായ ഒരാളെ കൊല്ലാൻ പര്യാപ്തമാണ്. ആവണക്കിൻ കുരു കഴിച്ചാൽ ചുവന്നരക്തകോശങ്ങൾ ചിതറി നശിക്കുകയും രക്തം കട്ട പിടിക്കുകയും ചെയ്യും. ദഹനേന്ദ്രിയ വ്യൂഹത്തിൽ രക്തസ്രാവമുണ്ടാകുകയും കരൾ, വൃക്ക തുടങ്ങി

യവയ്ക്ക് നാശം സംഭവിക്കുകയും ചെയ്യും.

ഇനി മുതൽ ആവണക്കിൻ കുരു കണ്ടാൽ സൂക്ഷിക്കുമല്ലോ.

ചുവന്നരളി

മാലകെട്ടാനും പൂജയ്ക്കും ഉപയോഗിക്കുന്ന ചുവന്നരളി കണ്ടിട്ടില്ലേ? എന്തൊരു ചന്തമാണ് അവയുടെ പൂക്കൾക്ക് അല്ലേ? എന്നാൽ എല്ലാ ഭാഗത്തും വിഷം പേറുന്ന സസ്യമാണ് ഇത്. അപ്പോസയനേസിയെ കുടുംബത്തിൽപ്പെട്ട ഒരു കുറ്റിച്ചെടിയാണിത്. നീരിയം ഒളിയാന്റർ എന്നാണ് ഇതിന്റെ ശാസ്ത്രനാമം. ഉഷ്ണമേഖലാ പ്രദേശങ്ങളിലാണ് ഇത് കൂടുതൽ വളരുന്നത്. മനോഹരമായ നിറവും ഇളം സുഗന്ധവും ഉള്ള പൂക്കളുള്ളതിനാൽ ഒരു അലങ്കാരസസ്യമെന്ന നിലയിലാണ് ഇത് വളർത്താറുള്ളത്.

ചുവന്നരളിയിൽ അടങ്ങിയിട്ടുള്ള ഒളിയാൻഡ്രിൻ, നീരിയോഡോറിൻ, സാപ്പോണിൻ, നീരിൻ എന്നിവയാണ് അതിന്റെ വിഷാംശത്തിനു കാരണം. ഇവ സസ്യശരീരത്തിന്റെ എല്ലാ ഭാഗത്തുമുണ്ടായിരിക്കുമെങ്കിലും കൂടുതലായും ഇതിന്റെ കറയിലാണ് കാണുന്നത്. ചുവന്നരളിയുടെ തൊലിയിൽ അടങ്ങിയിരിക്കുന്ന റോസഗീനിൻ മറ്റൊരു വിഷവസ്തുവാണ്. ഉണങ്ങിക്കഴിഞ്ഞാൽപ്പോലും ചുവന്നരളിയുടെ വിഷാംശം മാറുകയില്ല. ഇവ ഹൃദയത്തെയാണ് പ്രധാനമായി ബാധിക്കുന്നത്. കൂടാതെ നാഡീവ്യൂഹത്തെയും ഇതു ബാധിക്കുന്നു. 10–20 ഇലകൾ കഴിച്ചാൽ പ്രായപൂർത്തിയായ ഒരാൾക്ക് മരണംപോലും സംഭവിക്കാം.

ചുവന്നരളിയുടെ വിഷം മനംപുരട്ടലും ഛർദ്ദിയും ഉണ്ടാക്കുന്നു അമിതമായ ഉമിനീരൊലിക്കൽ, വയറുവേദന, വയ

റിളക്കം, നാഡീതളർച്ച, വർദ്ധിച്ച ശ്വാസോച്ഛ്വാസ നിരക്ക് എന്നിവയാണ് മറ്റു ലക്ഷണങ്ങൾ. തുടർന്ന് ഹൃദയത്തിന്റെ പ്രവർത്തനം താളം തെറ്റുന്നു. വിഷാംശം അധികമായാൽ കേന്ദ്രനാഡീ വ്യവസ്ഥയ്ക്ക് തകരാറുകൾ ഉണ്ടാകുകയും മരണം സംഭവിക്കുകയും ചെയ്യുന്നു. അരളി വേര് 17 ഗ്രാം ഉള്ളിൽ ചെന്നു കഴിഞ്ഞാൽ മരണം ഉറപ്പാണ്.

അരളി വിഷം ഉള്ളിൽ ചെന്നതായുള്ള ലക്ഷണങ്ങൾ കണ്ടാലുടൻ ഛർദ്ദിപ്പിക്കലും വയർകഴുകലും നടത്തണം. വിഷാംശം ആഗീരണം ചെയ്യുന്നത് തടയാനാണിത്. പഞ്ചസാര ചേർത്ത പശുവിൻ പാൽ ധാരാളമായി കുടിക്കുന്നത് വിഷശക്തി കുറയ്ക്കാൻ സഹായകമാണ്.

മഞ്ഞ അരളി

പാതവക്കത്തും മറ്റും പൂത്തുനില്ക്കുന്ന മഞ്ഞയരളിയും വിഷസസ്യമാണ്. കേരളീയ ഗ്രാമങ്ങളിൽ പണ്ട് ധാരാളമായി ഉണ്ടായിരുന്ന വൃക്ഷമാണ് ഇത്. അധികം ഉയരത്തിൽ വളരാത്ത ഒരു ചെറുവൃക്ഷമാണിത്. ഹൃദ്യമായ സുഗന്ധമുള്ള, കോളാമ്പിപോലുള്ള മനോഹരമായ മഞ്ഞപ്പൂവാണ് ഇതിനുള്ളത്.

മഞ്ഞയരളിയുടെ കായ്കൾക്കാണ് വിഷാംശം കൂടുതൽ. കറയിലും വേരിലും വിഷാംശമുണ്ട്. അരളിക്കായ് ചവച്ചാൽ വായിൽ ചുട്ടു നീറ്റൽ, നാവും തൊണ്ടയും വരളുക തുടങ്ങിയവ അനുഭവപ്പെടുന്നു. ഛർദ്ദി, വയർവേദന, വയറിളക്കം, തളർച്ച എന്നിവയാണ് വിഷബാധയുടെ പ്രാരംഭലക്ഷണങ്ങൾ. ക്രമേണ പേശികൾക്ക് ശക്തിക്ഷയം, കൃഷ്ണമണികൾ വികസിക്കൽ, ബോധക്കേട്, മന്ദഗതിയിലുള്ള നാഡി മിടിപ്പ്, രക്തപര്യയനം കുറയുക എന്നീ ലക്ഷണങ്ങൾ ഉണ്ടാകുകയും ഹൃദയസ്തംഭനം

മൂലം മരണം സംഭവിക്കുകയും ചെയ്യുന്നു. മഞ്ഞയരളി മൂലമുണ്ടാകുന്ന വിഷബാധയുടെ ലക്ഷണങ്ങൾ കണ്ടാൽ ആമാശയം കഴുകി വൃത്തിയാക്കുകയും വിഷത്തെ നിർവ്വീര്യമാക്കാനുള്ള പ്രത്യൗഷധങ്ങൾ കഴിക്കുകയും വേണം.

ഉമ്മം

ഉമ്മത്തിൻകായ് എന്നു കേട്ടിട്ടുണ്ടോ? കേരളത്തിലെ ഗ്രാമങ്ങളിൽ ഒരു കാട്ടുചെടിയായി വളർന്നിരുന്ന ഉമ്മം അതിന്റെ മനോഹരമായ പൂവുകളുടെ ഭംഗികൊണ്ട് ഈയിടെയായി അലങ്കാര സസ്യമായി വളർത്തപ്പെടുന്നുണ്ട്. ഡറ്റ്യൂറ സ്ട്രാമോണിയം എന്നാണ് ഇതിന്റെ ശാസ്ത്രനാമം. നീണ്ട കോളാമ്പിപോലുള്ള ആകൃതിയുള്ള പൂവുകളുള്ളതിനാൽ ഇംഗ്ലീഷുകാർ ഇതിനെ ഏയ്ഞ്ചൽസ് ട്രമ്പറ്റ് എന്നും ഡെവിൾസ് ട്രമ്പറ്റ് എന്നും വിളിക്കുന്നു. ഉമ്മം ഉൾപ്പെടുന്ന സൊളാനേസിയെ കുടുംബത്തിലെ ബ്രുഗ്മാൻസിയ എന്ന സസ്യത്തെയും ഇതേ പേരിൽ വിളിക്കാറുണ്ട്. പേരു കേട്ടും പൂവിന്റെ ഭംഗികണ്ടും കൊതിക്കേണ്ട. ഇതൊരു വിഷസസ്യമാണ്.

ഏകദേശം 1–3 വരെ മീറ്റർ ഉയരത്തിൽ വളരുന്ന സസ്യമാണിത്. ഇതിന്റെ കായ്കളിൽ ചെറിയ മുള്ളുകൾ പോലുള്ള ഭാഗങ്ങളുണ്ട്. ഉമ്മത്തിന്റെ എല്ലാ ഭാഗങ്ങളിലും മാരകമായ വിഷം അടങ്ങിയിട്ടുണ്ട്. ഉമ്മത്തിൽ അടങ്ങിയിട്ടുള്ള ട്രോപെയ്ൻ, സ്കൊപ്പോളമിൻ, അട്രോപ്പിൻ എന്നിവയാണ് വിഷാംശത്തിനു കാരണം. ഉമ്മത്തിൻ കായ് കഴിച്ചാൽ വായിലും തൊണ്ടയിലും ചുട്ടുനീറ്റലും അമിതമായ ദാഹവും അനുഭവപ്പെടും. കാഴ്ചയ്ക്ക് മങ്ങലും മയക്കവും ഉണ്ടാകും. ഛർദ്ദി, തലവേദന, പനി എന്നിവയും വിഷബാധയുടെ ലക്ഷണങ്ങളാണ്. കൂടിയ അളവിൽ ഉള്ളിലെത്തുന്ന പക്ഷം 24 മണിക്കൂറിനകം മരണം സംഭവിക്കുന്നു. യഥാർത്ഥത്തിൽ ഉമ്മം

ഒരു ഔഷധച്ചെടിയാണ്. ഇതിന്റെ കായിൽ വിഷാംശം ഉണ്ടെങ്കിലും, നേരിയ അളവിൽ ഇത് ചില രോഗങ്ങളുടെ ചികിത്സയ്ക്കായി ഉപയോഗിക്കുന്നുണ്ട്. മതിഭ്രമങ്ങളുണ്ടാക്കാൻ ഇവ കാരണമാകുമെന്നതിനാൽ ഇവ ദുർമന്ത്രവാദത്തിന് പ്രയോജനപ്പെടുത്താറുണ്ടായിരുന്നു.

എരിക്ക്

ഇളം വയലറ്റു നിറത്തിലോ പച്ചകലർന്ന വെള്ള നിറത്തിലോ പൂക്കളുള്ള ഒരു കുറ്റിച്ചെടിയാണ് എരിക്ക്. കൃഷിചെയ്യാതെയിട്ടിരിക്കുന്ന സ്ഥലങ്ങളിലും മറ്റും കളയായി വളരുന്ന സസ്യമാണിത്. കലോട്രോപ്പിസ് ജൈജാൻഷ്യ, (Calotropis gigantea) കലോട്രോപ്പിസ് പ്രൊസീറ (Calotropis procera) എന്നിങ്ങനെ ശാസ്ത്രനാമമുള്ള രണ്ടിനം എരുക്കാണ് സാധാരണയായി കണ്ടുവരാറുള്ളത്. ഇവയിൽ ആദ്യത്തെയിനം 8–10 അടി വരെ വളരുമ്പോൾ രണ്ടാമത്തേത് 6 അടി വരെ മാത്രമേ വളരുന്നുള്ളൂ. എരിക്കിൻ പൂക്കൾ ഹിന്ദുക്കൾ ശിവപൂജയ്ക്കായി ഉപയോഗിക്കാറുണ്ട്.

ഇതിന്റെ ഇലയും കറയും വേരും പൂവും വിഷാംശമുള്ളവയാണ്. കറ ശരീരത്തിൽ വീണാൽ ആ ഭാഗത്ത് ചുവപ്പു നിറവും വീക്കവും പൊള്ളലും അനുഭവപ്പെടാം. വിഷം ഉള്ളിൽ കടക്കുന്ന പക്ഷം വർദ്ധിച്ച ഉമിനീർ ശ്രാവം, ചൊറിച്ചിൽ, തുടങ്ങിയ ലക്ഷണങ്ങൾ കാണാം. കൂടിയ അളവിൽ എരിക്കിൻകറ ഉള്ളിൽ ചെന്നാൽ മരണം ഉറപ്പാണ്.

കുന്നി

'ഇത്തിരി ക്കുഞ്ഞമ്മ കണ്ണെഴുതി' എന്ന കടങ്കഥ പറയാറുള്ള സസ്യത്തെ അറിയില്ലേ? ഈ സസ്യത്തിന്റെ മനോഹരമായ ചുവന്ന കുരുവിന്റെ അറ്റത്ത് അല്പം കറുപ്പു നിറമുള്ള

താണ് ഈ കടങ്കഥയ്ക്ക് ആധാരം. പടർന്നു വളരുന്ന വള്ളിച്ചെടിയാണ് കുന്നി. അബ്രസ് പ്രിക്കറ്റോറിയസ് എന്നാണ് ഇതിന്റെ ശാസ്ത്രനാമം.

മുത്തുപോലെ മനോഹരമായ കുന്നിക്കുരു പെറുക്കി കളിക്കാറുള്ളവർ സൂക്ഷിക്കുക. ഇതിന്റെ വേര്, ഇല, തൊലി, കുരു എന്നീ ഭാഗങ്ങളിൽ വിഷാംശം ഉണ്ട്. ഇതിലടങ്ങിയിട്ടുള്ള വിഷഘടകമായ അബ്രിൻ ആണ് ജീവികൾക്ക് ദോഷകരമാകുന്നത്. കുന്നിക്കുരു അരച്ച് മുറിവുകളിൽ പുരട്ടിയാൽപോലും വിഷം രക്തത്തിൽ വ്യാപിച്ച് മരണം സംഭവിക്കും. കുന്നിക്കുരു ചവയ്ക്കുകയോ വിഴുങ്ങുകയോ ചെയ്താൽ ശക്തമായ ഛർദ്ദി, വയറിളക്കം, തലചുറ്റൽ, ശക്തമായ പനി, ഉയർന്ന രക്തസമ്മർദ്ദം എന്നിവ ഉണ്ടാകുന്നു. കരളിന്റെ പ്രവർത്തനം നിലയ്ക്കുന്നു. കണ്ണുകളിൽനിന്ന് രക്തസ്രാവമുണ്ടാകുന്നു. ഞരമ്പുകൾ കോച്ചിപ്പിടിക്കുന്നു. തുടർന്ന് മരണം സംഭവിക്കുന്നു. കുന്നിക്കുരുവിലെ വിഷാംശം നിർവ്വീര്യമാക്കുന്നതിന് ആന്റി അബ്രീൻ സിറം കുത്തിവയ്ക്കാറുണ്ട്. വെള്ള ചുവപ്പ് എന്നിങ്ങനെ രണ്ടിനം കുന്നിക്കുരു ഉണ്ട്. ഇതിൽ വെള്ളകുന്നിക്കുരുവിനാണ് വിഷാശം കൂടുതൽ.

മരച്ചീനി

നാം വളരെ രുചിയോടെ കഴിക്കുന്ന മരച്ചീനിയിലും വിഷമുണ്ടെന്നറിയമോ? ചിലപ്പോഴെല്ലാം മരച്ചീനി തിന്ന് പശുക്കൾക്കും മറ്റും 'മന്ദം കൊണ്ടു' എന്ന് നാട്ടു ഭാഷയിൽ പറയുന്നത് കേട്ടിട്ടില്ലേ? മരച്ചീനിയിലെ വിഷാംശം കൊണ്ടുണ്ടാകുന്ന ദോഷങ്ങൾക്കാണ് മന്ദം കൊള്ളുക എന്നു പറയുന്നത്. യൂഫോർബിയേസിയെ എന്ന സസ്യകുടുംബത്തിൽപ്പെട്ടതാണ് മരച്ചീനി. ഇതിന്റെ ശാസ്ത്രനാമം മാനിഹോട്ട് എസ്കുലെന്റ എന്നാണ്. തെക്കേ അമേരിക്കയിലാണ് മരച്ചീനിയുടെ ഉത്ഭവം.

മരച്ചീനിയുടെ കിഴങ്ങാണ് നാം ആഹാരമായുപയോഗിക്കുന്നതെങ്കിലും അതിന്റെ മറ്റു ഭാഗങ്ങൾ കന്നുകാലികൾക്ക് ആഹാരമായി ഉപയോഗിക്കാറുണ്ട്. ചില സീസണുകളിൽ മാത്രം വിഷാംശം ഉണ്ടാകുന്ന സസ്യങ്ങൾക്ക് ഉദാഹരണമാണ് മരച്ചീനി.

മരച്ചീനിയുടെ കിഴങ്ങ് അന്നജസംപുഷ്ടമാണ്. കൂടാതെ ഇതിൽ കാത്സ്യം (50 mg/100g), ഫോസ്ഫറസ് (40 mg/100g), വിറ്റമിൻ സി (25 mg/100g) എന്നിവ അടങ്ങിയിരിക്കുന്നു. എന്നാൽ പ്രോട്ടീനും മറ്റുമൂലകങ്ങളും ഇതിൽ തുലോം കുറവാണ്. കിഴങ്ങു മാത്രം തിന്നു വയർ നിറച്ചാൽപോര എന്നർത്ഥം. എന്നാൽ മരച്ചീനിയിലയിൽ പ്രോട്ടീൻ ധാരാളമുണ്ട്.

മരച്ചീനിയിലടങ്ങിയിരിക്കുന്ന സയനോജനിക് ഗ്ലൂക്കോസൈഡുകളാണ് അതിലെ വിഷാംശത്തിനു കാരണം. ഇവ മരച്ചീനിയിലുള്ള ലിനാമറേസ് എന്ന പ്രകൃതിദത്ത രാസാഗ്നിയുടെ സാന്നിദ്ധ്യത്തിൽ സൈനൈഡ് ആയി മാറുന്നതാണ് വിഷബാധയ്ക്കു കാരണം. മരച്ചീനിയിലെ സയനോജനിക് ഗ്ലൂക്കോസൈഡുകളുടെ അളവനുസരിച്ച് അവയെ രണ്ടായി തിരിച്ചിരിക്കുന്നു. –കയ്പുള്ളതും കയ്പ്പില്ലാത്തതും. കയ്പ്പുള്ളവയിൽ ഇവയുടെ അംശം ഏകദേശം കിലോഗ്രാമിന് 1 ഗ്രാം എന്ന നിരക്കിലായിരിക്കും. എന്നാൽ കയ്പ്പില്ലാത്ത വിഭാഗത്തിൽ ഇത് കിലോഗ്രാമിന് 20 മില്ലിഗ്രാം വരെ എന്ന തോതിൽ മാത്രമേ അടങ്ങിയിരിക്കൂ. കയ്പ്പില്ലാത്തവയിൽ സാധാരണയായി പാകം ചെയ്യുന്നതോടെ വിഷാംശം തന്നെ ഇല്ലാതാകുന്നു. എന്നാൽ കയ്പ്പുള്ള മരച്ചീനിയിലെ വിഷം നീക്കുന്നതിനായി പ്രത്യേകമായ ചില പ്രക്രിയകളിലൂടെ അവയെ കടത്തി വിടേണ്ടതുണ്ട്.

വിഷാംശമുള്ള മരച്ചീനിയുടെ ഇളം ഇലകളിലും വിഷാംശം ഉണ്ടായിരിക്കും. ഇത് ഭക്ഷിക്കാനിടവരുന്ന കന്നുകാലികൾക്ക് വിഷബാധയേല്ക്കാനുള്ള സാദ്ധ്യതയുണ്ട്. മരച്ചീനി നിസ്സാര ക്കാരനല്ല എന്നു മനസ്സിലായില്ലേ?

ഹെംലോക്ക്

സോക്രട്ടീസിനെക്കുറിച്ച് നിങ്ങൾ കേട്ടിട്ടുണ്ടോ? പുരാതന ഗ്രീസിൽ ജീവിച്ചിരുന്ന ഒരു മഹാനായ ദാർശനികനായിരുന്നു സോക്രട്ടീസ്. തന്റെ യുക്തിഭദ്രമായ ചിന്തകളാൽ അദ്ദേഹം ഗ്രീസിലെ ചെറുപ്പക്കാർക്ക് സത്യത്തെക്കുറിച്ചും നന്മയെക്കു റിച്ചും ബോധനം നല്കാൻ ശ്രമിച്ചു. ആയിരക്കണക്കിന് ആളു കൾ അദ്ദേഹത്തിന്റെ പ്രഭാഷണങ്ങളിൽ ആകൃഷ്ടരായി; പുരോ ഗമനാശയങ്ങളുടെ വക്താക്കളായി. ഇത് അന്നത്തെ യാഥാസ്ഥി തികരായ അധികാരി വർഗ്ഗത്തെ ചൊടിപ്പിച്ചു. അവർ അദ്ദേ ഹത്തെ വിചാരണചെയ്ത് വധശിക്ഷയ്ക്ക് വിധിച്ചു. താൻ പറ ഞ്ഞതെല്ലാം തെറ്റാണ് എന്ന് ഏറ്റു പറഞ്ഞ് അദ്ദേഹത്തിനു വേണ മെങ്കിൽ മരണത്തിൽനിന്നു രക്ഷപ്പെടാമായിരുന്നു. എന്നാൽ ധീര നായ അദ്ദേഹം അതിനു തുനിഞ്ഞില്ല. വിറയ്ക്കുന്ന കൈക ളോടെ ആരാച്ചാർ നീട്ടിയ വിഷപാത്രം ശാന്തമായ ഒരു പുഞ്ചിരി യോടെ വാങ്ങി അദ്ദേഹം ചുണ്ടോടടുപ്പിച്ചപ്പോൾ അദ്ദേഹത്തിന്റെ ശിഷ്യർ തേങ്ങിക്ക രഞ്ഞു. അക്ഷോഭ്യ നായി ആ വിഷം മുഴു വൻ പാനം ചെയ്ത ശേഷം ഒന്നും സംഭവി ക്കാത്തപോലെ അദ്ദേഹം പ്രഭാഷണം തുടർന്നു. ചോദ്യം ചെയ്യപ്പെടേണ്ട വ്യവ സ്ഥകളെപ്പറ്റി, ചോദ്യം ചോദിക്കലിലൂടെയും ഉത്തരം കണ്ടെത്തലിലൂ ടെയും നേടാനാവുന്ന

ജ്ഞാനത്തെപ്പറ്റി, ഒക്കെ അദ്ദേഹം സംസാരിച്ചുകൊണ്ടിരുന്നു. ക്രമേണ അദ്ദേഹത്തിന്റെ ശരീരഭാഗങ്ങളൊന്നായി വിഷത്തിന്റെ സാന്നിദ്ധ്യത്താൽ തളർന്നു തുടങ്ങി. നാവു മരവിക്കുന്നതിനുതൊട്ടുമുമ്പ് തന്റെ അരുമ ശിഷ്യനായ ക്രിറ്റോവിനോട് അസ്ക്ലിപ്പിയാസ് ദേവന്റെ ദേവാലയത്തിൽ താൻ ഒരു പിടക്കോഴിയെ നേർന്നിട്ടുണ്ടെന്നും ആ നേർച്ച സമർപ്പിക്കണമെന്നും പറഞ്ഞു. തൊട്ടടുത്ത നിമിഷം വിഷത്തിന്റെ മാരക ശക്തി അദ്ദേഹത്തിന്റെ ജീവന് തിരശ്ശീലയിട്ടു. അല്പാല്പമായി അദ്ദേഹത്തിന്റെ ജീവനപഹരിച്ച ആ വിഷം എന്തായിരുന്നുവെന്നറിയാമോ? കോണിയം മാക്കുലേറ്റം എന്നു ശാസ്ത്രനാമമുള്ള ഹെംലോക്ക് എന്ന സസ്യത്തിൽ നിന്ന് എടുത്ത വിഷം. ഗ്രീക്കു ഭാഷയിൽ കൊണയിൽ എന്ന വാക്കിനർത്ഥം ഹെംലോക്ക് എന്നും മാക്കുലേറ്റ എന്ന വാക്കിനർത്ഥം പുള്ളികൾ ഉള്ള എന്നുമാണ്. ചുരുക്കത്തിൽ പുള്ളികളുള്ള ഹെംലോക്ക് എന്നത്രേ ആ സസ്യത്തിന്റെ പേരിനർത്ഥം. പേര് അന്വർത്ഥമാകത്തക്കവിധം ആ സസ്യത്തിന്റെ കീഴ്ഭാഗങ്ങളിൽ വയലറ്റു നിറത്തിലുള്ള പൊട്ടുകളുണ്ട്. അംബല്ലിഫെറേ കുടുംബത്തിൽപ്പെട്ടതാണ് ഈ സസ്യം.

ഇത് 1.5 മീറ്റർ മുതൽ 2.5 മീറ്റർ വരെ ഉയരം മാത്രമുള്ള ഒരു ഔഷധിയാണ്. ചെറിയ വെളുത്തപൂക്കളുള്ള പൂങ്കുലകളാണ് ഇതിനുള്ളത്. ഒറ്റനോട്ടത്തിൽ പെരുംജീരകത്തോടു സാദൃശ്യമുള്ള ഒരു സസ്യമാണിത്. ഇവയെ തിരിച്ചറിയാനുള്ള എളുപ്പവഴി മണത്തു നോക്കുകയാണ്. ഹെംലോക്കിന് എലിയുടെ ഗന്ധമനുഭവപ്പെടും. ഇതിന്റെ ഇലയും വേരും ചതച്ചാൽ വല്ലാത്ത ഒരു ദുർഗ്ഗന്ധമനുഭവപ്പെടും. ഇതിൽ കോണിൻ, N–മീതൈൽ കോണൈൻ, കോൺഹൈഡ്രിൻ, പ്സ്യൂഡോകോൺഹൈഡ്രിൻജി– കോണിസിൻ എന്നീ ആൽക്കലോയ്ഡുകൾ അടങ്ങിയിട്ടുണ്ട്. ഇവയിൽ കോണൈൻ ആണ് ഏറ്റവും മാരകമായ വിഷം. ഇത് നാഡികളെ ആക്രമിക്കുന്ന വിഷമാണ് (Neurotoxin). കേന്ദ്രനാഡീവ്യവസ്ഥയെ തകരാറിലാക്കാനുള്ള കഴിവ് ഇതിനുണ്ട്. സസ്യശരീരത്തിൽ എല്ലാ ഭാഗത്തും വിഷമുണ്ട്. സസ്യം ഉണങ്ങിക്കഴിഞ്ഞാൽ വിഷാംശം കുറയുമെങ്കിലും പൂർണ്ണമായി മാറുകയില്ല.

ഇങ്ങനെയൊക്കെയാണെങ്കിലും ഹെംലോക്ക് ഒരു മരുന്നായും ഉപയോഗിച്ചിരുന്നു. ഗ്രീസിലെയും അറബ് രാജ്യങ്ങളിലെയും ഭിഷഗ്വരന്മാർ രോഗികളെ മയക്കാനും ആർത്രൈറ്റിസ് പോലുള്ള രോഗങ്ങളുടെ ചികിത്സയ്ക്കായും ഇതിനെ ഉപയോഗിച്ചിരുന്നു. എന്നാൽ മരുന്നായി ഉപയോഗിക്കുന്നതിന്റെ അളവ് അല്പം കൂടിപ്പോയാൽ പക്ഷാഘാതമുണ്ടാകുകയും സംസാരശേഷി നഷ്ടപ്പെടുകയും, ശ്വസനവ്യവസ്ഥ തകരാറിലായി മരണം സംഭവിക്കുകയും ചെയ്യുമെന്ന ദോഷം ഇതിനുണ്ട്.

ഒതളങ്ങ

നമ്മുടെ നാട്ടിൽ തോട്ടുവക്കത്തും പുഴവക്കത്തുമൊക്കെ വളരുന്ന ഒതളം കണ്ടിട്ടില്ലേ? ഭംഗിയുള്ള വെളുത്തപൂക്കളുള്ള ഇവ അപ്പോസയനേസിയേ കുടുംബത്തിൽപെടുന്നു. ഇതിന്റെ ജന്മദേശം ഇന്ത്യയും തെക്കൻ ഏഷ്യയുമാണെന്നു കരുതപ്പെടുന്നു. ഇതിന്റെ പൂവുകൾ കാണാൻ ഭംഗിയുള്ളവയാണെങ്കിലും കായ്കൾക്കുള്ളിലെ പരിപ്പ് ഭക്ഷിച്ചാൽ മരണം ഉറപ്പാണ്. ചാത്തൻ കായ എന്നറിയപ്പെടുന്ന ഒതളങ്ങയ്ക്ക് ആത്മഹത്യാഫലം (Suicidal fruit) എന്നു പേരു കിട്ടിയത് ഇത് ആത്മഹത്യക്കായി വ്യാപകമായി ഉപയോഗിക്കുന്നതു കൊണ്ടാണത്രെ. കേരളത്തിൽ മാത്രം 1989 നും 1999 നും ഇടയ്ക്ക് അഞ്ഞൂറിലേറെ പേർ ഒതളങ്ങ ഉള്ളിൽച്ചെന്ന് മരണപ്പെട്ടിട്ടുണ്ടത്രെ.

ആറ്റിറമ്പുകളിലും മറ്റുമാണ് ഇത് സാധാരണയായി കാണാറുള്ളത്. ജലം മുഖേനയാണ് വിത്തു വിതരണം. ഈ സസ്യത്തിന്റെ എല്ലാ ഭാഗങ്ങളും വിഷമയമാണ്. എങ്കിലും കായിലാണ് വിഷാംശം കൂടുതൽ. ഇവയുടെ പരിപ്പിൽ അടങ്ങിയിരിക്കുന്ന സെർബെറിൻ, ഒഡോളിൽ എന്നീ വിഷ പദാർത്ഥങ്ങളാണ് വിഷാംശത്തിനു കാരണം. സെർ

ബെറിൻ ഹൃദയപേശികളിലേക്കുള്ള കാത്സ്യം അയോണിന്റെ പാത തടയുകയും ഹൃദയസ്പന്ദനത്തെ അവതാളത്തിലാക്കുകയും മരണത്തിനു കാരണമാകുകയും ചെയ്യുന്നു. ഒതളങ്ങ ഉള്ളിൽ ചെന്നാൽ ഛർദ്ദിയും ദേഹം തളർച്ചയും അനുഭവപ്പെടുന്നു. തുടർന്ന് ശ്വാസതടസ്സവും ഹൃദയസ്തംഭനം മുഖേന മരണവും ഉണ്ടാകുന്നു. വിഷബാധയേറ്റതായി കണ്ടാൽ വിഷാംശം നീക്കുന്നതിനായി ആമാശയം വൃത്തിയാക്കുകയും വിദഗ്ദ്ധ ചികിത്സ ലഭ്യമാക്കുകയും വേണം.

ജൈവകീടനാശിനികളുണ്ടാക്കാൻ ഒതളങ്ങ ഉപയോഗിക്കാറുണ്ട്.

മഞ്ഞക്കോളാമ്പി

കേരളീയ ഗ്രാമങ്ങളുടെ വീട്ടുമുറ്റങ്ങളിൽ വളർത്തിയിരുന്ന മഞ്ഞക്കോളാമ്പി കണ്ടിട്ടില്ലേ? പേരു സൂചിപ്പിക്കുന്നതുപോലെ മഞ്ഞനിറവും കോളാമ്പിയുടെ ആകൃതിയുമുള്ള പൂക്കളുള്ളതാണ് ഈ സസ്യം. ഇംഗ്ലീഷുകാർ ഇതിനെ ഗോൾഡൻ ട്രമ്പറ്റ്, ബട്ടർകപ്പ് ഫ്ളവർ എന്നീ പേരുകൾ വിളിക്കുന്നു. ഇതിന്റെ പൂക്കൾ ക്ഷേത്രങ്ങളിൽ മാലകെട്ടാൻ ഉപയോഗിക്കുന്നുണ്ട്.

മഞ്ഞക്കോളാമ്പി ഒരു നിത്യഹരിതസസ്യമാണ്. കുറ്റിച്ചെടിയായി വളരുന്ന ഇത് സൗകര്യമുണ്ടാകുന്ന പക്ഷം പന്തലുകളിൽ പടർന്നു പൂക്കാറുണ്ട്. ഹൃദ്യമായ സുഗന്ധമാണ് ഇതിന്റെ പൂക്കൾക്ക്. ഇത് ഒരു വിഷസസ്യമാണ്. ഇതിന്റെ കറ പുരളാനിടയായാൽ ശരീരഭാഗങ്ങളിൽ ചൊറിച്ചിലനുഭവപ്പെടുക, ചൊറിഞ്ഞു തിണർക്കുക, ത്വക്കിൽ പൊള്ളലുകളുണ്ടാകുക എന്നീ അവസ്ഥകളുണ്ടാകും

ഇതിലടങ്ങിയിരിക്കുന്ന അലമാൻഡിൻ എന്ന വിഷവസ്തുവാണ് ഇതിനു കാരണം. എന്നിരുന്നാലും മഞ്ഞക്കോ

ളാമ്പി ഒരു ഔഷധസസ്യം കൂടിയാണു കേട്ടോ. ഇതിന്റെ ഇലയും വേരുമെല്ലാം മരുന്നുണ്ടാക്കാൻ ഉപയോഗിക്കുന്നുണ്ട്.

പാർത്തീനിയം

ചെറിയ പൂക്കളുള്ളതും കളയായി വളരുന്നതുമായ ഒരു വന്യ സസ്യമാണ് പാർത്തീനിയം. ഇതിന്റെ ശാസ്ത്രനാമം പാർത്തീനിയം ഹിസ്റ്ററോഫോറസ് (Parthenium hysterophorus) എന്നാണ്. അമേരിക്കക്കാർ ഫാമിൻ വീട് (Famin weed) എന്നും കോൺഗ്രസ് വീട് (congress weed) എന്നും വിളിക്കുന്ന ഈ സസ്യത്തെ ഭാരതീയർ ക്യാരറ്റ് ഗ്രാസ് എന്നാണ് വിളിക്കുന്നത്. ഇത് കൃഷിയിടങ്ങളിലും മറ്റും വളർന്ന് വിളവിനെ നശിപ്പിക്കുന്നതിനാലാണ് ഫാമിൻ വീട് എന്നിതിനെ വിളിക്കുന്നത്.

വിളകളെ നശിപ്പിക്കുന്നതും മനുഷ്യർക്കും മൃഗങ്ങൾക്കും അലർജിയുണ്ടാക്കുന്നതുമായ വസ്തുക്കൾ പുറപ്പെടുവിക്കാൻ ഇതിനു കഴിയും . ഇതിന്റെ പൂമ്പൊടിയും അലർജിയുണ്ടാക്കുന്നുണ്ട്. ഈ സസ്യവുമായി സമ്പർക്കത്തിൽ വരുന്ന പക്ഷം; ചർമ്മവീക്കം, ശ്വസനേന്ദ്രിയതകരാറുകൾ എന്നിവ ഉണ്ടാകുന്നു. ഇതിലുള്ള പ്രധാന വിഷവസ്തു പാർത്തെനിൻ എന്ന രാസപദാർത്ഥം ആണ്. ഇത് കന്നുകാലികളിൽ ബിറ്റർ മിൽക്ക് എന്ന രോഗം ഉണ്ടാക്കുന്നു. പാർത്തീനിയത്തിന്റെ പൂമ്പൊടി തക്കാളി, വഴുതന, ബീൻസ് തുടങ്ങി പല സസ്യവിളകളിലും കായ്കളുണ്ടാകുന്നത് തടയുന്നു.

ആത്തി

ആത്തിച്ചക്ക തിന്നിട്ടില്ലേ? രുചികരമായ ഫലമാണ് ആത്തിച്ചക്ക. അനോണ സ്ക്വാമോസ (Annona squamosa) എന്നാണ് ഇതിന്റെ ശാസ്ത്രനാമം. കായ്കളുടെ ഉള്ളിലുള്ള പൾപ്പു

പോലുള്ള ഭാഗത്തിന്റെ സാന്നിദ്ധ്യം കൊണ്ടാവാം, കസ്റ്റാർഡ് ആപ്പിൾ എന്ന് ഇതിനെ വിളിക്കാറുണ്ട്.

ഇവ ഹൃദ്രോഗികൾക്ക് പോലും ഉപയോഗിക്കാവുന്നതാണ്. എന്നാൽ ആത്തിയുടെ വിത്തും ഇലയും വേരും തൊലിയും വിഷമയമാണ്. ആത്തിയുടെ വിത്ത് കഴിക്കാനിടയായാൽ അന്നപഥത്തിന് കേടുണ്ടാകുന്നു. കുരുവിന്റെ പൊടി കണ്ണിൽ വീഴാനിടയായാൽ നേത്രപടലങ്ങൾക്ക് വീക്കമുണ്ടാകുകയും അന്ധത ഉണ്ടാകുകയും ചെയ്യുന്നു.

ആനച്ചൊറുതണം

ആനച്ചൊറുതണം അഥവാ ആനച്ചൊറിയണം കേരളത്തിലെ ഗ്രാമപ്രദേശങ്ങളിൽ ധാരാളമായി കണ്ടുവരുന്ന ഒരു കളസസ്യമാണ്. ലപ്പോർഷ്യ ക്രെണുലേറ്റ എന്നാണ് ഇതിന്റെ ശാസ്ത്രനാമം. ചിലപ്പോഴെങ്കിലും നിങ്ങൾക്ക് ചൊറുതണത്തിന്റെ സ്പർശനമേറ്റിട്ടുണ്ടാകും. അപ്പോഴുള്ള ഒരു പുകച്ചിൽ മറന്നിട്ടുണ്ടാവില്ല അല്ലേ? ഇതിനു കാരണമെന്തെന്നോ? ഈ സസ്യത്തിന്റെ എല്ലാഭാഗത്തും ചെറിയ രോമം പോലുള്ള ഭാഗങ്ങളുണ്ട്. ഈ രോമങ്ങളുടെ സ്പർശനമേറ്റാൽ ത്വക്കിൽ വല്ലാത്ത ചൊറിച്ചിലും പുകച്ചിലും അനുഭവപ്പെടുന്നു.

ഈ സസ്യം പൂവിടുന്ന സമയത്ത് വിഷശക്തി കൂടുതലാകയാൽ ഈ സമയത്ത് സ്പർശിക്കുന്നവർക്ക് കലശ

ലായ തുമ്മലും പനിയും ഉണ്ടാകും. ചൊറുതണം തൊട്ടിട്ട് ഉണ്ടാകുന്ന ചൊറിച്ചിലും പുകച്ചിലും മാറ്റുന്നതിന് പശുവിൻ നെയ്യ് പുരട്ടിയാൽ മതിയാകും.

കാഞ്ഞിരം

കയ്പ്പിനു പ്രസിദ്ധമാണല്ലോ കാഞ്ഞിരമരം. പണ്ടുകാലത്ത് മന്ത്രവാദത്തിനും മറ്റും കാഞ്ഞിരം ഉപയോഗപ്പെടുത്തിയിരുന്നു. എങ്കിലും ഇതിന്റെ വേര്, തടി, ഇല, കുരു എന്നീ ഭാഗങ്ങളിൽ വിഷാംശമുണ്ട്. ഓറഞ്ചു നിറമുള്ള ഭംഗിയുള്ള കായ്കളാണ് കാഞ്ഞിരത്തിനുള്ളത്. ഇന്ത്യയാണ് ഇതിന്റെ ജന്മദേശം.

കാഞ്ഞിരത്തിന്റെ കയ്പ്പിനു കാരണം അതിലടങ്ങിയിരിക്കുന്ന സ്ട്രൈക്ക്നിൻ (strychnine), ബ്രൂസിൻ (brucine) എന്നീ ആൽക്കലോയ്ഡുകളാണ്. ഇവ മാരകമായ വിഷപദാർത്ഥങ്ങളാണ്. കാഞ്ഞിരത്തിന്റെ വിഷം കേന്ദ്രനാഡീവ്യവസ്ഥയെയും പേശികളെയും ആണ് ഏറ്റവും അധികം ബാധിക്കുന്നത്.. തലചുറ്റൽ, ശ്വാസം മുട്ടൽ, ഉയർന്ന രക്തസമ്മർദ്ദം, വായിൽനിന്ന് നുരയും പതയും വരിക, ശരീരം കോച്ചിപ്പിടിക്കുക തുടങ്ങിയവയാണ് വിഷബാധയുടെ ലക്ഷണങ്ങൾ. ക്രമേണ മരണം സംഭവിക്കുന്നു.

മേന്തോന്നി

കേരളത്തിലെ കാടുകളിൽ കണ്ടുവരുന്ന വന്യസസ്യമാണ് മേന്തോന്നി. വിഷ സസ്യമായ മേന്തോന്നി നാട്ടിൻ പുറങ്ങളിലും സാധാരണയായി കണ്ടുവരാറുണ്ട്. ലില്ലിച്ചെടിയുടെ വംശത്തിൽപ്പെട്ട ഇതിനെ ഗ്ലോറി ലില്ലി, പടർപ്പൻ ലില്ലി എന്നെല്ലാം വിളിക്കാറുണ്ട്. ഇത് ഒരു കാട്ടുചെടിയാണെങ്കിലും മനോഹരമായ

പുഷ്പങ്ങളുള്ളതിനാൽ ഉദ്യാന സസ്യമായി പലരും ഇതിനെ വളർത്താറുണ്ട്. മേന്തോന്നിയുടെ പൂവ് ചില താന്ത്രിക കർമ്മങ്ങൾക്ക് ഉപയോഗിക്കാറുണ്ട്. ഗ്ലോറിയോസ സൂപ്പർബ (Gloriosa superba) എന്നാണ് ഇതിന്റെ ശാസ്ത്രനാമം. സിംബാബ്‌വേയുടെ ദേശീയപുഷ്പവും തമിഴ്നാടിന്റെ സംസ്ഥാന പുഷ്പവുമാണിത്.

മേന്തോന്നിയുടെ പൂക്കൾ പറിച്ചാൽ കണ്ണുനോവു വരുമെന്ന് പണ്ടുള്ളവർ വിശ്വസിച്ചിരുന്നു. മാത്രമല്ല, പൂക്കൾ പറിക്കുന്നവരുടെ ദേഹത്ത് ചെകുത്താൻ കൂടുമെന്നും വിശ്വാസം ഉണ്ടായിരുന്നു. അതിനാൽ ഇതിനെ ചെകുത്താൻ ലില്ലി എന്നും വിളിച്ചിരുന്നു. ചിലയിടങ്ങളിൽ ഇതിനെ ഒരു മാന്ത്രിക സസ്യമായി കരുതുന്നു.

താങ്ങുകളിൽ പടർന്നു വളരുന്ന ഔഷധിയാണ് മേന്തോന്നി. ഏകദേശം നാലു മീറ്ററോളം നീളംവരെ വളരുന്ന ദുർബ്ബലമായ വള്ളി പോലുള്ള കാണ്ഡമാണ് ഇതിനുള്ളത്. ഇലകൾ പരസ്പരം സമ്മുഖമായോ ഒന്നിടവിട്ടോ വിന്യസിച്ചിരിക്കുന്ന ലളിതപത്രങ്ങളാണ്. ചുവടുഭാഗം വീതി കൂടി അഗ്ര ഭാഗത്തേക്കു നീങ്ങുന്തോറും വീതി കുറഞ്ഞു കൂർത്തു വരുന്ന ഇലകളാണ് ഇതിനുള്ളത്. ഇലകളുടെ അഗ്രഭാഗം നീണ്ടു ചുരുണ്ട് താങ്ങുകളിൽ പിടിച്ചു കയറുന്നതിനുള്ള ഒരു ടെൻഡ്രിൽ ആയി പരിണമിച്ചിരിക്കുന്നു. പൂവുകൾ മനോഹരങ്ങളും ആകർഷകവുമാണ്. ഇവയ്ക്ക് 6 ദളങ്ങൾ ഉണ്ടായിരിക്കും വളഞ്ഞു പുളഞ്ഞ അരികുകളോടുകൂടിയ ഈ ദളങ്ങളുടെ ചുവടു ഭാഗം മഞ്ഞയും അഗ്രഭാഗം ഓറഞ്ചു നിറവുമാണ്. പഴകിയ പൂക്കൾക്ക് കടുത്ത ചുവപ്പു നിറമാണ്. ഇതിന്റെ കായ്കൾ ക്യാപ്സൂൾ വിഭാഗത്തിൽ പെടുന്നവയാണ്. ഇവയ്ക്കുള്ളിൽ ചുവന്ന വിത്തുകൾ കാണാം. ഭൂകാണ്ഡങ്ങളിലൂടെയും വിത്തുകൾ മുഖേനയുമാണ് ഇതിന്റെ പ്രജനനം.

മേന്തോന്നിയുടെ എല്ലാ ഭാഗങ്ങളും വിഷമുള്ളവയാണ്. ഭക്ഷിക്കുന്ന പക്ഷം മരണം പോലും സംഭവിക്കത്തക്ക വിധം

വിഷാംശം ഇതിനുണ്ട്. കോൾച്ചിസിൻ. ഗ്ലോറിയോസിൻ എന്നീ ആൽക്കലോയ്ഡുകളുടെ സാന്നിദ്ധ്യമാണ് വിഷാംശത്തിനു കാരണം. വിഷാംശം കൂടുതലായി കാണപ്പെടുന്നത് കിഴങ്ങിലാണ്. ഇതു ചവയ്ക്കുന്നപക്ഷം ചുണ്ടിലും വായിലും തൊണ്ടയിലും ചുട്ടു നീറ്റൽ, പൊള്ളൽ, മരവിപ്പ് എന്നിവയുണ്ടാകുന്നു. കൂടുതലായി അകത്തു ചെല്ലുന്ന പക്ഷം തലകറക്കം, ഛർദ്ദി, തൊണ്ട വരൾച്ച, വയറു വേദന, രക്തം കലർന്ന വയറിളക്കം തുടങ്ങിയവയും ഹൃദയസ്തംഭനം മുഖേന മരണവും ഉണ്ടാകുന്നു. ചുക്ക് അരച്ച് ചൂടുവെള്ളത്തിൽ കലക്കിക്കുടിക്കുന്നത് വിഷബാധ കുറയ്ക്കാൻ സഹായകമാണ്.

ഇങ്ങനെയാണെങ്കിലും മേന്തോന്നികൊണ്ട് കുറെ ഉപയോഗങ്ങൾ ഉണ്ട് കേട്ടോ. മേന്തോന്നി ഒരു ഔഷധ സസ്യമാണ്. വന്ധ്യത, വ്രണങ്ങൾ, സർപ്പദംശനം, അൾസർ, ആമവാതം, കോളറ, ടൈഫസ്, വൃഗരോഗങ്ങൾ, കുഷ്ഠം, ക്യാൻസർ, വസൂരി, ലൈംഗികരോഗങ്ങൾ തുടങ്ങിയവയ്ക്ക് ഇത് പ്രതിവിധിയാണ്. മേന്തോന്നി സത്ത് പേൻ ശല്യത്തിനു പ്രതിവിധിയായി ഉപയോഗിക്കാറുണ്ടായിരുന്നു.

ചേര്

കാവുകളിലും വനങ്ങളിലും മറ്റും കാണപ്പെടുന്ന ഒരു വൃക്ഷമാണ് ചേര്. അപൂർവ്വമായി നാട്ടിൻപുറങ്ങളിലും ഇത് കാണാറുണ്ട്. ഹോളിഗാർന ആർനോട്ടിയാന (Holigarna arnottiana) എന്നാണ് ഇതിന്റെ ശാസ്ത്ര നാമം.

ചേര് ഒരു വിഷവൃക്ഷമാണ്. ചേരിൽ തൊട്ടാൽ തന്നെ ചിലർക്ക് അലർജിയുണ്ടാകും. ഇതിന്റെ ശാഖയോ കായോ മുറിച്ചാലുള്ള കറ ശരീരത്തിൽ വീഴാനിടയായാൽ പൊള്ളലും വീക്കവും ഉണ്ടാകും. ശരീരമാസകലം ചൊറിഞ്ഞു തടിക്കുന്നു. താന്നി മരത്തിന്റെ തൊലി അരച്ചു പുരട്ടിയാൽ വിഷബാധയിൽനിന്ന് ആശ്വാസം നേടാം.

കട്ടു തിന്നുന്നവർ

കട്ടുതിന്നുന്നവർ സസ്യങ്ങൾക്കിടയിലുമുണ്ട് എന്നറിയാമോ? മറ്റു സസ്യങ്ങളെ ആശ്രയിച്ചും ചൂഷണം ചെയ്തും ജീവിക്കുന്ന ഇത്തരം സസ്യങ്ങളെ പരാദസസ്യങ്ങൾ എന്നാണ് വിളിക്കുന്നത്. ഇവ മറ്റു സസ്യങ്ങൾ നിർമ്മിക്കുന്ന ആഹാരം വലിച്ചെടുത്തു ജീവിക്കുന്ന പൂർണ്ണപരാദങ്ങളോ മറ്റു സസ്യങ്ങൾ വലിച്ചെടുക്കുന്ന അസംസ്കൃത പദാർത്ഥങ്ങൾ സ്വീകരിച്ച് സ്വയം ആഹാരം നിർമ്മിക്കുന്ന അർദ്ധപരാദങ്ങളോ ആവാം. അതുപോലെ ചിലത് ആതിഥേയ സസ്യങ്ങളുടെ ഉള്ളിൽ വളരുന്നവയോ പുറമേ വളരുന്നവയോ ആകാം. ചില സസ്യങ്ങൾ ചില പ്രത്യേക സസ്യങ്ങളിൽ മാത്രം വളരുമ്പോൾ ചിലത് സാദ്ധ്യമായ എല്ലാ സസ്യങ്ങളിലും വളരുന്നു. വിത്തു മുളച്ചാണ് മിക്ക പരാദങ്ങളും വളരുന്നത്. എന്നാൽ മൂടില്ലാത്താളി പോലുള്ളവ കാണ്ഡഭാഗങ്ങൾ മുറിഞ്ഞുണ്ടാകുന്ന ഖണ്ഡങ്ങൾ മുഖേന കായിക പ്രജനനം നടത്തുന്നവയാണ്.

പരാദസസ്യങ്ങൾക്ക് പരാദജീവനത്തിനാവശ്യമായ ചില പ്രത്യേകതകളുണ്ടായിരിക്കും. മിക്കവയ്ക്കും ആതിഥേയസസ്യവുമായി ബന്ധം സ്ഥാപിക്കുന്നതിനും അവയുടെ സംവഹന വ്യൂഹത്തിൽനിന്ന് പോഷണം സ്വീകരിക്കുന്നതിനും സഹായിക്കുന്ന 'ഹോസ്റ്റോറിയം' എന്ന ഭാഗമുണ്ട്. ചില പരാദസസ്യങ്ങ

ളുടെ വിത്തുകളിൽ പശ പോലുള്ള ഒരു പദാർത്ഥമുണ്ട്. ഫലം ഭക്ഷിക്കുന്ന പക്ഷികളുടെ ചുണ്ടുകളിൽ പറ്റിപ്പിടിക്കാൻ ഈ പശ സഹായിക്കുന്നു. പക്ഷികൾ മരച്ചില്ലയിൽ കൊക്കുരസു മ്പോൾ ചുണ്ടിലൊട്ടിയിരിക്കുന്ന വിത്തുകൾ മരച്ചില്ലയിൽ ഒട്ടിപ്പി ടിക്കുകയും അവിടെ മുളച്ചുവളരുകയും ചെയ്യുന്നു.

സസ്യലോകത്തിലെ ഇത്തരം ചൂഷകരുടെ കൂട്ടത്തിലുള്ള ചിലരെ പരിചയപ്പെടാം.

ചന്ദനം

വിശുദ്ധ വൃക്ഷമായി നാം കരുതുന്ന ചന്ദനം ഒരു പരാദമാണ് എന്ന സത്യം എത്ര പേർക്ക് അറിയാം? ചന്ദനം മറ്റു സസ്യങ്ങളുടെ വേരിൽ നിന്നും ജലവും ലവ ണങ്ങളും സ്വീകരിച്ചു സ്വയം ആഹാരം നിർമ്മിച്ചു വള രുന്ന ഒരു അർദ്ധ പരാദമാ ണ്. സന്റാലം ആൽബം എന്നാണിതിന്റെ ശാസ്ത്രനാ മം. വളരെ സാവധാനത്തി ലാണ് ഇതിന്റെ വളർച്ച. 40 വർഷമെങ്കിലുംകൊണ്ടേ മുറിക്കാൻ പാകമാകുന്ന വലിപ്പത്തിൽ ചന്ദനമരം വളർന്നു കിട്ടൂ. കേരളം, കർണ്ണാടകം എന്നീ സംസ്ഥാ നങ്ങളിലെ കാടുകളിൽ ധാരാളം ചന്ദനവൃക്ഷങ്ങൾ കാണപ്പെ ടുന്നു. ഇത് ഒരു നല്ല ഔഷധസസ്യം കൂടിയാണ്. ഇന്ത്യ, ശ്രീല ങ്ക, ചൈന, ഇന്തോനേഷ്യ, മലേഷ്യ, ഫിലിപ്പൈൻസ് എന്നിവിട ങ്ങളിൽ ചന്ദനം വളരുന്നുണ്ട്.

അധികം ഉയരത്തിൽ വളരാത്ത ഒരു ഉഷ്ണമേഖലാ വൃക്ഷ മാണ് ചന്ദനം. പുരാതനകാലം മുതല്ക്കുതന്നെ വളർത്തുകയും ഉപയോഗിക്കുകയും ചെയ്തു വന്നിരുന്ന സസ്യമാണിത്. ചന്ദനം സാധാരണയായി മറ്റെന്തെങ്കിലും വൃക്ഷത്തൈയോടൊപ്പമോ മറ്റു

വൃക്ഷങ്ങൾക്കടുത്തോ ആണ് നടാറുള്ളത്. പരാദജീവനരീതിയിലുള്ള അതിന്റെ വളർച്ചയ്ക്ക് സഹായകമാകാനാണിങ്ങനെ ചെയ്യുന്നത്. മറ്റു സസ്യങ്ങളുടെ വേരുകളിൽനിന്നാണിത് ജലവും ലവണവും സ്വീകരിക്കുന്നത്. നട്ടാൽ മൂന്നു വർഷത്തിനുള്ളിൽ ഇവ പുഷ്പിക്കും. തീരെ ചെറിയ ചുവന്ന പൂക്കളാണ് ഇതിനുള്ളത്. കായ്കൾ പക്ഷികൾ ആണ് വിതരണം ചെയ്യുന്നത്.

ചന്ദനത്തിന്റെ പൂക്കൾ

ചന്ദനത്തിന്റെ തടി ഹൃദ്യമായ സുഗന്ധമുള്ളതും ഉറപ്പുള്ളതും ഈടുനില്ക്കുന്നതുമാകയാൽ പണ്ടുമുതല്ക്കു തന്നെ അത് രാജകൊട്ടാരങ്ങളിലും മറ്റും കട്ടിൽ, അലങ്കാരവസ്തുക്കൾ, വിഗ്രഹങ്ങൾ എന്നിവ ഉണ്ടാക്കാൻ ഉപയോഗിച്ചിരുന്നു. ഇതിൽനിന്നും വാറ്റിയെടുക്കുന്ന തൈലം സുഗന്ധതൈലമായും ഔഷധമായും സൗന്ദര്യവർദ്ധകവസ്തുക്കളുടെ ഘടകമായും ഉപയോഗിക്കപ്പെട്ടിരുന്നു. കൂടാതെ ക്ഷേത്രങ്ങളിലും മറ്റും വിഗ്രഹങ്ങളിൽ ചാർത്തുന്നതിനും, പ്രസാദമായി നല്കുന്നതിനും ഇത് ഉപയോഗിക്കുന്നുണ്ട്. ഇത്തരം ഉപയോഗങ്ങളാൽ ഇതിന്റെ തടി വളരെ വിലയേറിയതാണ്. അതിനാൽത്തന്നെ അതിന്റെ അമിതമായ ചൂഷണം ഈ സസ്യത്തെ നാശത്തിന്റെ വക്കിലെത്തിച്ചതുകൊണ്ട് ചന്ദനമരങ്ങൾ മുറിക്കുന്നതിലും വില്ക്കുന്നതിലും സർക്കാർ നിയന്ത്രണം ഏർപ്പെടുത്തിയിട്ടുണ്ട്.

മൂടില്ലാത്താളി

കേരളത്തിലെ ഗ്രാമങ്ങളിൽ ഇപ്പോഴും കണ്ടുവരുന്ന ഒരു പരാദസസ്യമാണ് മൂടില്ലാത്താളി. ഇംഗ്ലീഷുകാർ ഇതിനെ ഡോഡർ പ്ലാന്റ് (Dodder plant) എന്നാണു വിളിക്കുന്നത്. കസ്ക്യൂട്ട എന്നാണ് ഇതിന്റെ ശാസ്ത്രനാമം. ഈ സസ്യത്തിന് ഇലകളോ വേരുകളോ ഇല്ല. സസ്യഭാഗങ്ങൾക്ക് പച്ച നിറം

നല്കുന്ന ഹരിതകവുമില്ല. അതിനാൽ സ്വയം ആഹാരം നിർമ്മിക്കാൻ കഴിയാത്തതുകൊണ്ട് ഇത് ഒരു പൂർണ്ണ പരാദമായി പ്രവർത്തിക്കുന്നു.

പച്ച കലർന്ന മഞ്ഞ നിറത്തിൽ ചരടുപോലെ മറ്റു സസ്യങ്ങളുടെ മേൽ ചുറ്റിപ്പിണഞ്ഞു കിടക്കുന്ന ഈ സസ്യത്തെ അത്രവേഗം പറിച്ചു മാറ്റാമെന്നു കരുതേണ്ട. ആതിഥേയസസ്യത്തിന്റെ ഏതെല്ലാം ഭാഗങ്ങളുമായി സമ്പർക്കത്തിൽ വരുന്നുവോ അവിടെയെല്ലാം ഹോസ്റ്റോറിയ എന്നറിയപ്പെടുന്ന പരാദവേരുകൾ ആഴ്ത്തി ഇത് ബന്ധം സ്ഥാപിക്കുകയും പാവം ആതിഥേയ സസ്യം നിർമ്മിക്കുന്ന ആഹാരമെല്ലാം വലിച്ചെടുക്കുകയും ചെയ്യും. ഇത്തരത്തിൽ ഉള്ള ആഹാരചൂഷണം ഒടുവിൽ ആതിഥേയസസ്യത്തിന്റെ പൂർണ്ണമായ നാശത്തിൽ കലാശിക്കുന്നു.

ഇത്തിൾക്കണ്ണി

കേരളത്തിലെ നാട്ടിൻപുറങ്ങളിലെ വൃക്ഷങ്ങളിൽ ധാരാളമായി കണ്ടുവരുന്ന ഇത്തിൾക്കണ്ണി കണ്ടിട്ടില്ലാത്തവരുണ്ടാവില്ല. മറ്റുള്ളവരെ അങ്ങേയറ്റം ചൂഷണം ചെയ്ത് ജീവിക്കുന്ന ആളുകളെ ഇത്തിക്കണ്ണികൾ എന്നു വിളിക്കുന്നതു കേട്ടിട്ടില്ലേ? ഈ സസ്യവും മറ്റു സസ്യങ്ങളെ പരമാവധി ചൂഷണം ചെയ്താണ് ജീവിക്കുന്നത് എന്നതാണ് ഇതിനു കാരണം. ഇത് ഒരു അർദ്ധപരാദമാണ്.

ആതിഥേയസസ്യത്തിൽനിന്ന് ജലവും ലവണങ്ങളും സ്വീകരിച്ച് സ്വയം ആഹാരം പാകം നിർമ്മിച്ച് വളരുന്ന ഇതിന്റെ ശാസ്ത്ര നാമം ലൊറാന്തസ് എന്നാണ്.

പക്ഷികൾ മുഖേനയാണ് ഇതിന്റെ വിത്തു വിതരണം. വിത്തിൽ ഒരിനം പശയുള്ളതിനാൽ അത് പക്ഷികളുടെ ചുണ്ടിൽ ഒട്ടിപ്പിടിക്കുന്നു. പക്ഷികൾ മരച്ചില്ലകളിൽ ചുണ്ടുരയ്ക്കുമ്പോൾ വിത്ത് ചില്ലയിൽ പറ്റിപ്പിടിക്കുകയും മുളച്ചു വളരുകയും ചെയ്യുന്നു. ഇത്തിളിന്റെ വിത്തുവിതരണത്തിൽ പ്രധാന പങ്കുവഹിക്കുന്നത് ഇത്തിൾകണ്ണിക്കുരുവിയാണ്. ഇത് ഇത്തിളിന്റെ ഫലം കൊത്തിവിഴുങ്ങുകയും വിത്തുകൾ വിസർജ്യത്തിലൂടെ പുറത്തുകളയുകയും ചെയ്യുന്നു. പശിമയുള്ള ഈ വിത്തുകൾ പക്ഷിയുടെ പിൻഭാഗത്തെ നേർത്ത തൂവലുകളിൽ പറ്റിപ്പിടിച്ചിരിക്കുന്നു. ഇത് നീക്കം ചെയ്യാനായി പക്ഷി തൂവലുകൾ മരച്ചില്ലകളിലുരസുമ്പോൾ വിത്തുകൾ അവിടെ പറ്റിപ്പിടിച്ച് വളരുന്നു. ഇത്തിൾ ബാധിച്ചു കഴിഞ്ഞാൽ അവയുടെ ചൂഷണവേരുകൾ ആതിഥേയസസ്യത്തിലേക്ക് കുത്തിയിറക്കി ജലവും ലവണങ്ങളും വലിച്ചെടുത്ത് ആതിഥേയസസ്യത്തിനുപകരിക്കേണ്ട പോഷകഘടകങ്ങൾ സ്വന്തമാക്കുന്നു, ഫലമോ? ആതിഥേയ സസ്യം ക്രമേണ ശോഷിച്ച് ഉണങ്ങി നശിക്കുന്നു. എത്ര വലിയ മരമായാലും ഇത്തിൾ പറ്റിയാൽ നശിച്ചുപോകും. ഇതിനെ നിയന്ത്രിക്കാൻ ബുദ്ധിമുട്ടാണ്. പറിച്ചു നീക്കിയാൽ തന്നെ ആതിഥേയസസ്യത്തിനുള്ളിലവശേഷിക്കുന്ന ഭാഗത്തുനിന്ന് വീണ്ടും വളർന്നുവന്ന് അത് പിടിമുറുക്കും. അതിനാൽ ഇത്തിൾ മറ്റുഭാഗങ്ങളിലേക്ക് വ്യാപിക്കുന്നതിനുമുമ്പ് തന്നെ അതു ബാധിച്ച കൊമ്പ് മുറിച്ചു നീക്കുകയാണ് ഇതിനെ നിയന്ത്രിക്കാനുള്ള വഴി. കറുത്ത പോളിത്തീൻ ഷീറ്റുകൊണ്ട് കൊമ്പ് ഉൾപ്പെടെ പൊതിഞ്ഞു കെട്ടി ദീർഘനാൾ വച്ചിരുന്നാലും ഇത് നശിക്കും. പ്രകാശസംശ്ലേഷണത്തിനാവശ്യമായ വെളിച്ചം തടയപ്പെടുന്നതു കൊണ്ടാണ് ഇങ്ങനെ ചെയ്യുമ്പോൾ ഇത്തിൾ നശിക്കുന്നത്.

റഫ്ളീസിയ

ഏറ്റവും വലിയ പുഷ്പം വിടരുന്ന സസ്യമെന്ന നിലയിൽ റഫ്ളീസിയയെ നിങ്ങൾ പരിചയപ്പെട്ടിട്ടുണ്ടാകാം. എന്നാൽ

ഇതിന്റെ മറ്റു പ്രത്യേകതകളെക്കുറിച്ച് അറിയാമോ? ഇതൊരു പരാദസസ്യമാണ്. ഈ സസ്യത്തിന് ഇലകളില്ല അതിനാൽ സ്വയം ആഹാരം നിർമ്മിക്കാനുള്ള കഴിവില്ല. സസ്യങ്ങൾക്കുള്ളിൽ വളർന്നുവന്ന ശേഷം പുറത്തേക്ക് പൂവുകൾ ഉല്പാദിപ്പിക്കുന്ന സമയത്താണ് ഇതിന്റെ സാന്നിദ്ധ്യം നാം തിരിച്ചറിയുന്നത്. ഇത് കാണപ്പെടുന്നത് മലേഷ്യയിലെയും ഇന്തോനേഷ്യയിലെയും കാടുകളിലാണ്. ടെട്രാസ്റ്റിഗ്മ എന്ന വള്ളിച്ചെടിയിലാണ് ഇത് പരാദമായി വളരുന്നത്.

ഇതിന്റെ പൂവിന് തവിട്ടുകലർന്ന ചുവപ്പു നിറമാണ്. ഏകദേശം ഒരു മീറ്റർ വ്യാസമുണ്ടാകും പൂവിന്. എന്തൊരു ഭീമൻ പൂവ് അല്ലേ? ഭാരത്തിലും ഇത് മുൻപന്തിയിലാണ്. പൂവുപോലെ എടുത്തു പൊക്കി എന്നൊക്കെ പറയുന്നവർ ഇനി സൂക്ഷിക്കുക. ഈ പൂവിന്റെ ഭാരം നിസ്സാരമല്ല. ഏകദേശം 11 കിലോ ഗ്രാം തൂക്കമുണ്ടാകും റഫ്ളീസിയയുടെ പൂവിന്. പൂവ് വിരിഞ്ഞുകഴിഞ്ഞാൽ ചീഞ്ഞ ഇറച്ചിയുടെ മനംപുരട്ടുന്ന ദുർഗ്ഗന്ധമുണ്ടാകും. ചീഞ്ഞ മാംസം ആഹാരമാക്കുന്ന പ്രാണികളെ ആകർഷിച്ച് സൂത്രത്തിൽ പരാഗണം നിർവ്വഹിക്കാനുള്ള തന്ത്രമാണ് ഈ ദുർഗ്ഗന്ധം. ഇക്കാരണത്താൽ ഇതിനെ ശവപുഷ്പം (corpse flower) എന്നുവിളിക്കുന്നു.

സസ്യലോകത്തെ ജലസംഭരണികൾ

വരൾച്ച വരുമ്പോൾ ആവശ്യത്തിനു ജലം ലഭ്യമല്ലാതെ വരുന്ന അവസ്ഥ നിങ്ങളും അനുഭവിച്ചിട്ടുണ്ടാകും. അപ്പോൾ നാം എന്താണു ചെയ്യാറുള്ളത്? ജലമുള്ളിടത്തുനിന്ന് കോരിക്കൊണ്ടുവന്ന് ശേഖരിച്ചു വയ്ക്കും അല്ലേ? അത്തരത്തിൽ വെള്ളം ലഭ്യമാകുമ്പോൾ ശേഖരിച്ചു വയ്ക്കുന്ന സസ്യങ്ങളുമുണ്ട്. സ്വന്തം ശരീരഭാഗങ്ങൾ തന്നെയാണ് ജലസംഭരണികളായി ഇത്തരം സസ്യങ്ങൾ ഉപയോഗിക്കാറുള്ളത്. മനുഷ്യനുൾപ്പെടെയുള്ള ജന്തുക്കൾ വെള്ളത്തിനായി ഇത്തരം സസ്യങ്ങളെ ആശ്രയിക്കാറുമുണ്ട്. സസ്യലോകത്തിലെ ചില ജലസംഭരണികളെ പരിചയപ്പെടാം.

ബാവോബാബ്

ചിത്രത്തിലെ വൃക്ഷത്തെ നോക്കൂ. തായ്ത്തടി കണ്ടാൽ ഭരണി പോലുണ്ട് അല്ലേ? ആഫ്രിക്കയിലെ സാവന്നയിലും മറ്റും കണ്ടു വരുന്ന ബാവോബാബ് (Baobab) വൃക്ഷമാണിത്. കുപ്പി വൃക്ഷം (bottle tree) ജീവിതത്തിന്റെ വൃക്ഷം (the tree of life) മങ്കി ബ്രഡ് ട്രീ എന്നീ പേരുകളിൽ അറിയപ്പെടുന്ന ഈ വൃക്ഷം ഒട്ടേറെ പ്രത്യേകതകളുള്ളവയാണ്. ഇതിന്റെ പ്രത്യേകത എന്തെന്നല്ലേ? കേട്ടോളൂ.

ഏകദേശം 5 മുതൽ 30 വരെ മീറ്റർ ഉയരത്തിൽ വളരുന്ന വൃക്ഷമാണിത്. ഇതിന്റെ ശാഖകളും പത്രമേലാപ്പും ഏകദേശം 20 മീറ്ററോളം വിസ്തൃതിയിൽ വ്യാപിച്ചു നില്ക്കും. ഇതിന്റെ തായ്ത്തടിക്ക് ഏഴു മീറ്ററോളം വ്യാസമുണ്ടായിരിക്കും. മണ്ണിൽനിന്ന് വെള്ളം വലിച്ചെടുത്തു തായ്ത്തടിയിൽ സൂക്ഷിച്ചു വയ്ക്കാൻ ഇതിന് കഴിയും. ഈ ഭാഗത്ത് 120000 ലിറ്ററോളം ജലം സംഭരിച്ചു വയ്ക്കാൻ കഴിയുമത്രെ. ഈ ജലം വൃക്ഷത്തിനു വരൾച്ചയെ അതിജീവിക്കാൻ സഹായകമാകുമെന്നു മാത്രമല്ല, മനുഷ്യനുൾപ്പെടെ പല ജീവികളും ഇതിനെ ആശ്രയിക്കുന്നുമുണ്ട്. . ആഫ്രിക്കൻ സാവന്നയിൽ ജീവിക്കുന്നവർക്ക് ആഹാരവും പാർപ്പിടവും വസ്ത്രവും മരുന്നും ഈ സസ്യത്തിൽനിന്നും ലഭ്യമാകുന്നവെന്നതിനാലാകാം ഈ വൃക്ഷത്തെ ജീവിതത്തിന്റെ വൃക്ഷം എന്നുവിളിക്കുന്നത്.

ഈ വൃക്ഷം ആയിരക്കണക്കിന് വർഷങ്ങൾ ജീവിക്കാൻ കഴിയുന്നവയാണ്. ഏകദേശം 6000 വർഷം വരെ ജീവിച്ചിരുന്ന ബാവോബാബ് വൃക്ഷങ്ങളുണ്ടത്രെ. പ്രായമാകുമ്പോൾ ഈ വൃക്ഷങ്ങളുടെ തായ്ത്തടി പൊള്ളയാകും. എന്നാലും ഈ വൃക്ഷങ്ങൾക്ക് പിന്നെയും അനേകം വർഷങ്ങൾ ജീവിക്കാൻ സാധിക്കും. ഇത്തരം വൃക്ഷങ്ങളുടെ പൊള്ളയായ തായ്ത്തടികൾക്കുള്ളിൽ ആളുകൾ താമസിക്കാറുണ്ട്. കൂടാതെ ഇത്തരം ഇടങ്ങൾ മദ്യശാലകളായും ധാന്യപ്പുരകളായും കടകളായും ഒക്കെ ഉപയോഗിക്കാറുണ്ട്. ലിംപോപോയിലെ സൺലാന്റ്

ഫാമിന്റെ ഉടമകൾ 6000 വർഷം പഴക്കമുള്ള ഒരു ബാവോബാബ് വൃക്ഷത്തിന്റെ പോടിനുള്ളിൽ The Big Baobab Pub എന്നറിയപ്പെടുന്ന ഒരു മദ്യശാല നിർമ്മിച്ചുവെന്നു പറയുമ്പോൾ വൃക്ഷത്തിന്റെ വലിപ്പം ഏകദേശം ഊഹിക്കാമല്ലോ?

മരുഭൂമിയിൽ ജലനഷ്ടം ഒഴിവാക്കാൻ മിക്കവാറും കാലങ്ങളിൽ ഇതിന്റെ ഇലകൾ കൊഴിഞ്ഞ അവസ്ഥയായിരിക്കും. ആ സമയങ്ങളിൽ ഇതിന്റെ ശാഖകൾ അന്തരീക്ഷത്തിലേക്കു വളർന്നുനില്ക്കുന്ന വേരുകൾ പോലെയുണ്ടാകും. അതിനാൽ അപ്പോൾ ഈ വൃക്ഷം കണ്ടാൽ വേരുകൾ മുകളിലാക്കി തല കുത്തി നില്ക്കുന്നതുപോലെ തോന്നും. ഇതിനാൽ അപ്സൈഡ് ഡൗൺ ട്രീ എന്നും ഇതിനു പേരുണ്ട്.

ഇരുപതോളം വർഷം പ്രായമാകുമ്പോഴാണ് ഈ വൃക്ഷം പൂത്തു തുടങ്ങുന്നത്. വർഷത്തിലെല്ലാ കാലത്തും ഇതിൽ പൂക്കളുണ്ടായിരിക്കും. പൂവുകൾ കായ്കളായി മാറാൻ ഏകദേശം 5–6 മാസങ്ങളെടുക്കും.. അണ്ഡാകൃതിയുള്ള ഇതിന്റെ കായ്കൾക്ക് കട്ടിയുള്ള പുറന്തോടുണ്ടായിരിക്കും.. കായ്കൾക്കുള്ളിൽ കുറെയേറെ വിത്തുകളുണ്ടായിരിക്കും.. കായ്കൾ മങ്കി ബ്രഡ് എന്നാണ് അറിയപ്പെടുന്നത്. ഏകദേശം തേങ്ങയുടെ വലിപ്പം ഉള്ള ഇത് ഭക്ഷ്യയോഗ്യവും വിറ്റമിൻ സിയുടെ മികച്ച സ്രോതസ്സുമാണ്.

പുല്ലാനി

സസ്യലോകത്തിലെ മറ്റൊരു ജലസംഭരണിയായ പുല്ലാനി കണ്ടിട്ടുണ്ടോ? നമ്മുടെ നാട്ടിൽ പണ്ടു ധാരാളമുണ്ടായിരുന്ന സസ്യമാണ്; പുല്ലാന്നി, പുല്ലാഞ്ഞി എന്നീ പേരുകളിലും അറിയപ്പെടുന്ന പുല്ലാനി. റംഗൂൺ ക്രീപ്പർ ഫാമിലി എന്നറിയപ്പെടുന്ന കോംബ്രിറ്റേസിയെ കുടുംബക്കാരനാണ് ഈ വള്ളിച്ചെടി. ഇതിന്റെ ശാസ്ത്രനാമം കാലിക്കോപ്റ്ററിസ് ഫ്ളോറിബണ്ട

(Calycopteris floribunda (Roxb) Lam) എന്നാണ്. പശ്ചിമഘട്ടത്തിലെ നിത്യഹരിതവനങ്ങളിലും കേരളത്തിലെ കാവുകളിലും ഇത് ഇപ്പോഴും കാണാം. ഇതിനെ ഇംഗ്ലീഷുകാർ പേപ്പർ ഫ്ളവർ ക്ലൈംബർ (Paper flower climber) എന്നു വിളിക്കുന്നു.

ഏകദേശം 5–10 മീറ്റർ വരെ നീളത്തിലും 5–10 സെ മി വ്യാസത്തിലും വളരുന്ന ഈ സസ്യം ചില്ലറക്കാരനല്ല കേട്ടോ. ഇതിന്റെ ഇലയും തണ്ടും കായും ഔഷധഗുണമുള്ളതാണ്. വിരബാധ, കുഷ്ഠരോഗം, മലമ്പനി, വയറുകടി, കുടൽ പുണ്ണ് എന്നിവയ്ക്ക് ഇലകളിൽനിന്നും ഔഷധമുണ്ടാക്കുന്നു. കായ്കളാകട്ടെ, അൾസർ, മഞ്ഞപ്പിത്തം, ചില ത്വക്ക് രോഗങ്ങൾ എന്നിവയ്ക്ക് ഔഷധമായി ഉപയോഗിക്കുന്നു.

ഇതിന്റെ തണ്ടിൽ ജലം ശേഖരിച്ച് വച്ചിരിക്കും. ആദിവാസികളും കാട്ടിനുള്ളിൽ പെട്ടുപോകുന്നവരും അത്യാവശ്യഘട്ടങ്ങളിൽ ഈ തണ്ട് മുറിച്ച് ജലം ശേഖരിച്ച് ഉപയോഗിക്കാറുണ്ട്.

ഇരപിടിയന്മാർ

നിങ്ങളിൽ മിക്കവരും മാംസാഹാരം ഇഷ്ടപ്പെടുന്നവരല്ലേ? ഇറച്ചിയോ മീനോ ഇല്ലാതെ ആഹാരംവേണ്ട എന്നു ചിന്തിക്കുന്നവരല്ലേ? സസ്യങ്ങളിലും നിങ്ങളെപ്പോലെ മാംസാഹാരം കഴിക്കുന്നവരുണ്ട്. ഇത്തരം സസ്യങ്ങൾക്ക് ഇരപിടിക്കുന്നതിന് അവരുടേതായ തന്ത്രങ്ങളും അനുകൂലനങ്ങളും ഉണ്ട്. സസ്യങ്ങളുടെ കൂട്ടത്തിലെ ഇരപിടിയന്മാരെക്കുറിച്ച് രസകരമായ ചില കാര്യങ്ങൾ അറിഞ്ഞോളൂ.

ഇരപിടിയൻ സസ്യങ്ങൾ അതിനാവശ്യമായ പോഷണം നേടുന്നത് പ്രാണികളെയോ ചെറുജന്തുക്കളെയോ ഏകകോശ ജീവികളെയോ കെണിയിലകപ്പെടുത്തിയാണ്. ഇത്തരം സസ്യങ്ങൾ പൊതുവെ നൈട്രജൻ കുറവുള്ള മണ്ണിലാണ് വളരുന്നത്. അതിനാൽ അവയ്ക്ക് വേണ്ട നൈട്രജൻ ലഭിക്കാനുള്ള മാർഗ്ഗമാണ് ഈ പ്രാണിപിടിത്തം.

ഈ ഇരപിടിയന്മാരെക്കുറിച്ച് ആദ്യമായി വസ്തുനിഷ്ഠപഠനം നടത്തിയത് ചാൾസ് ഡാർവ്വിനാണ്. ഇര തേടുന്നതിനായി ഇവ അവലംബിക്കുന്ന രീതികൾക്കനുസരിച്ച് അവയ്ക്ക് പലതരത്തിലുള്ള സവിശേഷതകൾ ശരീരത്തിലുണ്ടാകും.

1. Pitfallt raps

ഇവയുടെ ഇലകൾ രൂപാന്തരം പ്രാപിച്ച് കുഴിഞ്ഞ പാത്രങ്ങൾ പോലെ (pitcher) ആയിത്തീർന്നിരിക്കുന്നു. ഇവയിൽ വീഴാനിടയാകുന്ന ചെറു പ്രാണികളുടെ മേൽ രാസാഗ്നികളടങ്ങിയ ദ്രാവകം സ്രവിക്കപ്പെടുകയും അവ നിർജ്ജീവമായിത്തീരുകയും ചെയ്യുന്നു.

2. Flypapert raps

ഇവയുടെ ശരീരത്തിലെ ദണ്ഡ് പോലെ ഉയർന്നുനില്ക്കുന്ന ഭാഗങ്ങളിൽ രോമസദൃശമായ ടെന്റക്കിളുകളും അവയുടെ അഗ്രത്ത് ഒട്ടിപ്പിടിക്കുന്ന ഒരുതരം ദ്രാവകത്തുള്ളിയും ഉണ്ടായിരിക്കും. ചലനശേഷിയുള്ള ഈ ടെന്റക്കിളുകളുടെ അഗ്രഭാഗത്തു തൊടുന്ന പ്രാണികൾ അവയിൽ ഒട്ടിച്ചേരുന്നു. ഉടൻ ടെന്റക്കിളുകൾ ചുരുളുകയായി. തുടർന്ന് രാസാഗ്നികൾ സ്രവിക്കപ്പെടുകയും പ്രാണികൾ ദഹിപ്പിക്കപ്പെടുകയും ചെയ്യുന്നു.

3. Snapt raps

ഇവയിലെ ഇലകൾ എലിക്കെണി പോലെ പ്രവർത്തിക്കുന്നു. ഇലയിലെ മദ്ധ്യസിരയുടെ ഭാഗം ഒരു വിജാഗിരി പോലെ പ്രവർത്തിച്ച് ഇരുവശവുമുള്ള ഭാഗങ്ങളെ മടങ്ങി ഒരുമിച്ചു ചേർന്ന് ഇരകളെ കെണിയിലാക്കുന്നതിന് സഹായിക്കുന്നു. ഇലയ്ക്കുള്ളിൽ ഇര വന്നിരിക്കുമ്പോൾ രോമിലമായ ഇലയുടെ അരികുകൾ ഒരുമിച്ചു ചേരുകയും ഇര കെണിയിലാകുകയും ചെയ്യുന്നു.

4. Bladdert raps

ശുദ്ധജലത്തിൽ വളരുന്ന ഇരപിടിയൻ സസ്യങ്ങളിൽ അറപോലുള്ള ബ്ലാഡറുകൾ ഉണ്ടായിരിക്കും. ഇവയുടെ അടപ്പ് തുറന്നിരിക്കുമ്പോൾ ജലപ്രവാഹത്തിനൊപ്പം ചെറു ജീവികൾ ഉള്ളിൽ കടക്കുകയും അടപ്പ് അടയുന്നതോടെ ഈ അറയ്ക്കുള്ളിൽ കുടുങ്ങിപ്പോകുകയും ചെയ്യുന്നു.

5. Lobster pott raps

ഇല രൂപാന്തരം പ്രാപിച്ച് ഉണ്ടാകുന്ന മുറിപോലുള്ള അറകളാണ്. ഇവയിലെ കെണികൾ ഇവയ്ക്കുള്ളിൽ കടക്കുന്ന ഷഡ്പദങ്ങളെ രാസാഗ്നികൾ പുറപ്പെടുവിച്ച് ദഹിപ്പിക്കുകയാണ് ഇവയുടെ തന്ത്രം.

മാംസഭക്ഷകരായ സസ്യങ്ങളിൽ പലതും ആന്റിഫംഗൽ സ്വഭാവം ഉണ്ടെന്ന് പഠനറിപ്പോർട്ടുകൾ സൂചിപ്പിക്കുന്നു.12–ാം നൂറ്റാണ്ടു മുതൽ ഔഷധസസ്യങ്ങളായി കരുതപ്പെട്ടു വരുന്ന ഇവ ചുമയ്ക്കും, ബ്രോങ്കൈറ്റിസിനുമുള്ള ഔഷധമായി ഉപയോഗപ്പെടുത്തുന്നുണ്ട്.

ഇനി ചില ഇരപിടിയന്മാരെ പരിചയപ്പെടാം.

നെപ്പന്തസ്

പിച്ചർ പ്ലാന്റ് എന്നറിയപ്പെടുന്ന വിഭാഗത്തിൽപ്പെട്ട നെപ്പന്തസ് എന്ന സസ്യത്തിന്റെ ചിത്രമാണ് ചുവടെ ചേർത്തിരിക്കുന്നത്. ഇലയിൽനിന്ന് വാട്ടർബോട്ടിൽ പോലെ തൂങ്ങിക്കിടക്കുന്ന ഭാഗം ശ്രദ്ധിച്ചുവോ? അതുപയോഗിച്ചാണ് നെപ്പന്തസ് ഇരപിടിക്കുന്നത്. ഇലയുടെ അഗ്രഭാഗം പ്രത്യേകരീതിയിൽ വളർന്നാണ് സഞ്ചി പോലെയാകുന്നത്. ഇതിന് ഒരു അടപ്പു പോലുള്ള ഭാഗവുമുണ്ടാകും. ഏകദേശം നൂറോളം ഇനങ്ങൾ നെപ്പന്തസിനുണ്ട്.

ഇവയിലെ മിക്ക ഇനങ്ങളും ചെറു പ്രാണികളെക്കൊണ്ട് തൃപ്തിപ്പെടുമ്പോൾ ചിലതെല്ലാം ചെറു സസ്തനികളെപ്പോലും ആഹാരമാക്കാറുണ്ട്.

ഹെലിയാംഫോറ

ഏറ്റവും ലളിതമായ ഘടനയുള്ള പിച്ചർ പ്ലാന്റാണ് ഹെലിയാംഫോറ. തെക്കേ അമേരിക്കയിലെ ധാരാളം മഴ ലഭിക്കുന്ന

ഇടങ്ങളിലാണ് ഇത് കണ്ടുവരുന്നത്. ഹെലിയാംഫോറ എന്ന പേരിനർത്ഥം ചതുപ്പുനിലങ്ങളിൽ കാണുന്ന സസ്യം എന്നത്രെ. പേരുപോലെതന്നെ ഈ ജനുസ്സിലെ മിക്ക സസ്യങ്ങളും ചതുപ്പു നിലങ്ങളിലാണ് കാണപ്പെടുന്നത്.

ഇലയുടെ അരികുകൾ ഒരുമിച്ച് ചേർന്ന് ആണ് ഇതിൽ ഒരു സഞ്ചിയുടെ ആകൃതിയിലാകുന്നത്. ഇവയുടെ ഇലകൾ ചേർന്നുണ്ടാകുന്ന സഞ്ചിയിൽ ജലം നിറയുമ്പോൾ അധികജലം ഒഴുകിപ്പോകത്തക്കവിധം ഒരു ചെറിയ വിടവുണ്ട്. ഈ സഞ്ചിക്കുള്ളിൽപ്പെടുന്ന ജീവികൾ ചത്തുചീയുമ്പോൾ അവയിൽനിന്ന് പോഷണം വലിച്ചെടുക്കുകയാണ് ഈ സസ്യം ചെയ്യുന്നത്.

ഡാർലിങ്ടോണിയ

ഹെലിയാംഫോറയുടെ കുടുംബത്തിൽപ്പെട്ട സറാസീനിയ, ഡാർലിങ്ടോണിയ എന്നീ സസ്യങ്ങളും മാംസഭോജികളാണ്. ഡാർലിങ്ടോണിയ എന്ന ഇരപിടിയൻ സസ്യമാണ് ചിത്രത്തിൽ. ചിത്രത്തിലെ സസ്യഭാഗം മൂർഖൻ പാമ്പിനെപ്പോലുണ്ട് അല്ലേ? അതുകൊണ്ട് തന്നെ ഇതിനെ മൂർഖൻ ചെടി (cobra plant) എന്നാണ് വിളിക്കുന്നത്.

ഇരപിടിക്കുന്നതിനുള്ള സഞ്ചിയിൽനിന്ന് അധികമുള്ള ജലം ഒഴുകിപ്പോകുന്നതിനൊപ്പം ഇരകൾ നഷ്ടപ്പെടാതെ ഈ പാമ്പിന്റെ പത്തിപോലുള്ള ഭാഗം സഹായിക്കുന്നു. ഈ ബലൂൺ പോലുള്ള ഭാഗത്തിനു കീഴെ

യുള്ള അറയിലേക്ക് പ്രാണികളോ ഉറുമ്പുകളോ കടക്കുന്ന പക്ഷം അവ ഉള്ളിലേക്കു വീഴുകയും രക്ഷപ്പെടാനാകാതെ സസ്യത്തിന്റെ ഭക്ഷണമായിത്തീരുകയും ചെയ്യുന്നു. സൂത്രം കൊള്ളാം, അല്ലേ?

ഡ്രോസീറ

ഡ്രോസീറ എന്ന ഇരപിടിയൻ സസ്യം ഇരപിടിക്കുന്നത് അതിലുള്ള പശപോലുള്ള ദ്രാവകം പുറപ്പെടുവിക്കുന്ന ഗ്രന്ഥികളുടെ സഹായത്താലാണ്.

ഡ്രോസീറ കാപെൻസിസ്

ഈ സസ്യങ്ങളിൽ മണ്ണിലുള്ള നൈട്രേറ്റിനെ ഉപയോഗപ്പെടുത്താനാവശ്യമായ നൈട്രേറ്റ് റിഡക്ടേസ് എന്ന എൻസൈം ഇല്ലാത്തതിനാൽ പ്രാണികളെ ഭക്ഷിക്കുകയല്ലാതെ മറ്റു മാർഗ്ഗങ്ങളില്ല. സൺഡ്യൂ പ്ലാന്റ് എന്നും വിളിപ്പേരുള്ള ഈ സസ്യത്തിന് രണ്ടു തരം തന്തുക്കളുണ്ട്. ഇവയിൽ, നീണ്ട തന്തുകങ്ങൾപോലുള്ള ടെന്റക്കിളുകളുടെ അഗ്രഭാഗത്ത് കാണുന്ന

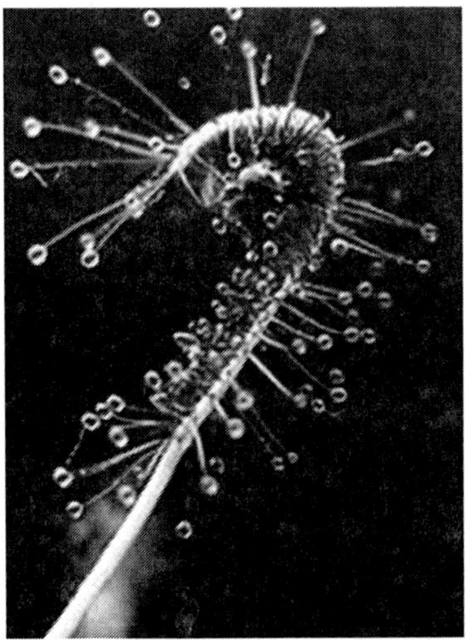

ഗ്രന്ഥികൾ വഴുവഴുപ്പുള്ളതും മധുരമുള്ളതുമായ ഒരു ദ്രാവകവും ദഹനസഹായികളായ രാസാഗ്നികളും പുറപ്പെടുവിക്കുന്നു. ഇത്തരം തന്തുകങ്ങൾ സ്പർശനശേഷിയുള്ളതും സ്പർശനചലനങ്ങൾക്ക് സാദ്ധ്യമാക്കുന്നവയുമാണ്. രണ്ടാമത്തെ വിഭാഗത്തിലെ തന്തുക്കൾ ഇരകളുടെ ശരീരം ദഹിച്ചാലുടൻ അവയിൽനിന്ന് പോഷകഘടകങ്ങൾ ആഗിരണം ചെയ്യുന്നവയാണ്. ആദ്യത്തെ തന്തുകങ്ങളുടെ

അഗ്രഭാഗത്തുള്ള തിളങ്ങുന്ന മധുരദ്രവത്താൽ ആകൃഷ്ടരായി പറന്നടുക്കുന്ന പാവം പ്രാണികൾ അവയിൽ തൊട്ടാലുടൻ അവ ഈ ദ്രവത്തിൽ ഒട്ടിപ്പിടിക്കുകയും രക്ഷപ്പെടാനാകാതെ ആ ദ്രാവകത്തിൽ പെട്ട് ചത്തുപോകുകയും ചെയ്യുന്നു. ഏകദേശം 15 മിനിട്ടിനുള്ളിൽ തന്നെ പ്രാണിയുടെ മരണം സംഭവിക്കുന്നു. ഈ സമയം ഈ സസ്യം എസ്റ്ററേസ്, പ്രോട്ടിയേസ്, ഫോസ്ഫറ്റേസ്, പെറോക്സിഡേസ് എന്നീ രാസാഗ്നികൾ പുറപ്പെടുവിച്ച് പ്രാണിയുടെ ശരീരം ദഹനവിധേയമാക്കി പോഷകങ്ങൾ ആഗിരണം ചെയ്തെടുക്കുന്നു. എങ്ങനെയുണ്ട് ഡ്രൊസീറയുടെ സൂത്രവിദ്യ?

ഡയോണിയ

ഡയോണിയ മസ്കിപ്പുല എന്നു ശാസ്ത്രനാമമുള്ള മറ്റൊരു ഇരപിടിയനെ പരിചയപ്പെടാം. ഇലയുടെ അഗ്രഭാഗം വികാസം പ്രാപിച്ചുണ്ടായ പ്രത്യേകതരം കെണിയുടെ സഹായത്താലാണ് ഡയോണിയ ഇരപിടിക്കുന്നത്. ഇതിന്റെ ഉൾഭാഗത്ത് കാണുന്ന രോമസദൃശമായ ഭാഗങ്ങൾ സ്പർശനശക്തിയുള്ളവയാണ്. നിർഭാഗ്യവാനായ ഏതെങ്കിലും ഒരു പ്രാണി ഇലയുടെ മുകളിലൂടെ ഇഴഞ്ഞു നീങ്ങുമ്പോൾ ഇലകൾ മടങ്ങിയടയുകയും പ്രാണി അതിനുള്ളിൽ അകപ്പെടുകയും ചെയ്യുന്നു. ഇലകളിൽപെടുന്നത് ജീവനുള്ള ഒരു ജീവി തന്നെയെന്നുറപ്പാക്കാനുള്ള തന്ത്രങ്ങൾപോലും ആ സസ്യത്തിനുണ്ടത്രെ. മഴത്തുള്ളിയോ മറ്റു ജീവനില്ലാത്ത കണങ്ങളോ പെടുകയാണെങ്കിൽ ഇവ ദഹനരസം പുറപ്പെടുവിക്കാറില്ലത്രെ. ഡയോണിയ വല്ലാത്ത സൂത്രക്കാരൻ തന്നെ അല്ലേ?

കൃഷ്ണനാൽ

കുമ്പിൾകോട്ടിയത് പോലെയുള്ള ഇലകളുള്ള സസ്യത്തെ കണ്ടിട്ടുണ്ടോ? ആലിന്റെ വർഗ്ഗത്തിൽപ്പെട്ട കൃഷ്ണനാൽ ആണ് ഈ സസ്യം. ഇതിന്റെ ശാസ്ത്രനാമം ഫൈക്കസ്കൃഷ്ണേ (Fi-

cus benghel-ensis. var. krishnaeDC) എന്നാണ്. മോറേസിയേ Moraceae കുടുംബത്തിൽപ്പെട്ടതാണ് ഇത്. കാഴ്ചയിൽ ഒറ്റനോട്ടത്തിൽ പേരാലുമായി സാമ്യമുള്ള ഈ വൃക്ഷം അപൂർവ്വമായി മാത്രം കാണുന്നതാണ്. തിരുവനന്തപുരം മ്യൂസിയത്തിൽ കൃഷ്ണനാൽ ഉണ്ട്. വേഗത്തിൽ ശാഖോപശാഖകളായി പടർന്നു പന്തലിച്ചുവളരുന്ന ഒരു നിത്യഹരിത വൃക്ഷമാണിത്. മറ്റു ആൽമരങ്ങളെ അപേക്ഷിച്ച് ഇത് എണ്ണത്തിൽ കുറവാണ്. കൃഷ്ണൻ വെണ്ണ കട്ടെടുക്കാനുപയോഗിച്ചത് ഈ ആലിന്റെ ഇല കുമ്പിൾ രൂപത്തിൽ കോട്ടിയെടുത്ത് ഇതിലാണെന്നും അതിനാലാണ് ഇലകൾ കുമ്പിൾ രൂപത്തിലായതെന്നും വിശ്വാസമുണ്ടായിരുന്നതിനാലാണ് ഇതിന് കൃഷ്ണനാൽ എന്നു പേരു വന്നത്. ഇലയുടെ സവിശേഷ ആകൃതി നിമിത്തം ഇംഗ്ലീഷിൽ ഇതിനെ 'കൃഷ്ണാസ് ബട്ടർക്കപ്പ്' എന്നു വിളിക്കുന്നു.

അധികം ഉയരത്തിൽ വളരാതെ ശാഖകളായി പിരിഞ്ഞ് വളരുന്ന സ്വഭാവമാണിതിന്. ഇലയുടെ ചുവടുഭാഗം കുമ്പിൾ പോലെയായിത്തീർന്നിരിക്കുന്നു. പേരാലിന്റെ ഇലയുമായി മറ്റു കാര്യങ്ങളിൽ സാദൃശ്യമുണ്ട്. പൂക്കാലം നവംബറിലാണ്. പൂക്കൾ ചെറുതാണ്. പൂങ്കുല മറ്റ് ആലുകളെപ്പോലെ ഹൈപ്പാന്തോഡിയമാണ് കായ ഉരുണ്ടതും പാകമാകുമ്പോൾ ചുവപ്പ് നിറമാർജ്ജിക്കുന്നതുമാണ്. വിത്തുകൾക്ക് ജീവനക്ഷമത കുറവാണ്. സ്വാഭാവിക പുനരുത്ഭവം കുറവായതിനാൽ ഗ്രാഫ്റ്റിങ് മുഖേനയാണ് തൈകളുണ്ടാക്കുന്നത്. അലങ്കാര വൃക്ഷമെന്ന നിലയിലും തണൽ മരമെന്ന നിലയിലുമാണ് ഇതിന്റെ പ്രയോജനം.

സസ്യലോകത്തെ ഭക്തൻ

ഭക്തന്മാരാണ് സാധാരണയായി പ്രാർത്ഥിക്കുന്നത്. സസ്യലോകത്തിലും തൊഴുതു പ്രാർത്ഥിക്കുന്നവരുണ്ടോ? ഡാൻസ് പ്ലാന്റ് (Dance plant) എന്നും ഇന്ത്യൻ ടെലഗ്രാഫ് പ്ലാന്റ് എന്നുമറിയപ്പെടുന്ന ഡെസ്മോഡിയം ഗൈറൻസ് എന്ന സസ്യം തന്റെ ഇലകൾ തൊഴുന്ന മട്ടിൽ കൂപ്പുന്നതു കാണാം. അതുകൊണ്ട് തൊഴുതു നാമം ജപിക്കയാണെന്ന ഭാവനയിൽ ഇതിനെ രാമ

നാമച്ചെടി എന്നുവിളിക്കാറുണ്ട്.

ഇനി ഈ 'ഭക്തൻ തൊഴുന്നത്' എങ്ങനെയാണെന്നു നോക്കാം ഇതിന് 3 പത്രകങ്ങളുള്ള ഇലയാണുള്ളത്. ഇവയിൽ വശങ്ങളിലുള്ള 2 ചെറു പത്രകങ്ങൾ 180 ഡിഗ്രിയിൽ മുകളിലേക്കും താഴേക്കും ചലിക്കുന്നു. ഇത് ഏകദേശം 2 മിനിട്ടിനുള്ളിൽ സംഭവിക്കുന്നു. ബാഹ്യ ഉത്തേജനങ്ങൾക്കനുസൃതമായി ഈ ഇലകളിലെ സവിശേഷകോശങ്ങളായ മോട്ടോർ കോശങ്ങളിൽ ഉണ്ടാകുന്ന സങ്കോചവികാസങ്ങൾ ആണ് ചലനത്തിനാധാരം. അഗ്രഭാഗത്തെ പത്രകം ചലിക്കാറില്ല.

തൊട്ടാൽ പിണങ്ങുന്നവർ

തൊട്ടാവാടി കണ്ടിട്ടില്ലാത്തവരുണ്ടാകില്ല. തൊടുകയോ ഊതുകയോ തട്ടുകയോ ചെയ്യുമ്പോൾ പെട്ടെന്ന് പിണങ്ങിക്കൂമ്പി നില്ക്കുന്ന തൊട്ടാവാടിയുടെ ഇലകളെ നിങ്ങൾ ശ്രദ്ധിച്ചിട്ടുമുണ്ടാകും. പെട്ടെന്ന് പിണങ്ങുകയും നിസ്സാര കാര്യത്തിന് വിഷ

മിച്ചിരിക്കുകയും ചെയ്യുന്ന സ്വഭാവമുള്ള ആളുകളെ നമ്മൾ തൊട്ടാവാടികളെന്നു വിളിക്കുന്നതിന്റെ കാരണം മനസ്സിലായല്ലോ? നമ്മുടെ നാട്ടിൽ പണ്ടുകാലങ്ങളിൽ പറമ്പുകളിൽ ധാരാളം ഉണ്ടായിരുന്ന സസ്യമാണ് ഇത്. എന്നാൽ, ഇന്ന് ഇതിന്റെ എണ്ണം വളരെ കുറഞ്ഞിരിക്കയാണ്. ആടുകളുടെ ഇഷ്ട വിഭവമാകയാൽ ഇവ ധാരാളമായി പിഴുതെടുക്കപ്പെടുന്നതും, പറമ്പുകളിൽ നല്ലൊരു ഭാഗവും റബ്ബർ തോട്ടങ്ങളായതും ഇവയുടെ ലഭ്യത കുറഞ്ഞിരിക്കയാണ്.

പയർചെടികളുടെ കുടുംബമായ ഫാബേസിയേയിൽ ഉൾപ്പെട്ടതാണ് തൊട്ടാവാടി. മൈമോസ പ്യൂഡിക്ക എന്നാണ് ഇതിന്റെ ശാസ്ത്രനാമം. ഇതിന്റെ ഇലകളിൽ സ്പർശിക്കുകയോ തട്ടുകയോ ഊതുകയോ ഒക്കെ ചെയ്യുമ്പോഴുണ്ടാകുന്ന ചെറിയ ഉദ്ദീപനം കൊണ്ടുപോലും ഇലകൾ കൂമ്പുന്നതും താഴേക്കു മടങ്ങുന്നതും അല്പം കഴിയുമ്പോൾ പൂർവ്വസ്ഥിതി പ്രാപിക്കുന്നതും കൗതുകകരമായ കാഴ്ചയാണ്. ഈ സ്വഭാവമുള്ളതുകൊണ്ടാണ് ഇതിനെ നാണംകുണുങ്ങി സസ്യമായി കണക്കാക്കുന്നത്.

തൊട്ടാവാടിയുടെ ഇലയുടെ ചുവടുഭാഗം അല്പം വീർത്തതാണ്. പൾവൈനസ് എന്നറിയപ്പെടുന്ന ഈ ഭാഗത്തുള്ള കോശങ്ങൾക്കിടയിൽ ധാരാളം കോശാന്തരസ്ഥലമുണ്ട്. പൾവൈനസിലുള്ള കോശങ്ങളിൽ സ്പർശനഫലമായി ഉണ്ടാകുന്ന ഉത്തേജനത്താൽ വ്യതിവ്യാപനമർദ്ദത്തിലുണ്ടാകുന്ന വ്യത്യാസം നിമിത്തമാണ് ഇലകൾ കൂമ്പുന്നത്. സ്പർശനഫലമായുണ്ടാകുന്ന ഉദ്ദീപനം 8–20 മില്ലിമീറ്റർ/സെക്കന്റ് എന്ന നിരക്കിൽ വ്യാപിക്കുന്നതിനാൽ 0. 1 സെക്കന്റിനുള്ളിൽ തന്നെ ഇല കൂമ്പുന്നു. 10 മിനിട്ടിനുള്ളിൽ ഇത് പൂർവ്വസ്ഥിതി പ്രാപിക്കുകയും ചെയ്യുന്നു. ശാസ്ത്രജ്ഞന്മാരുടെ അഭിപ്രായത്തിൽ ഇത് മേയുന്ന മൃഗങ്ങളെ ഒന്നു ഭയപ്പെടുത്താനുള്ള സസ്യത്തിന്റെ സൂത്രമാണത്രെ. എന്നാൽ, സസ്യഭുക്കുകളുടെ മുന്നിൽ പലപ്പോഴും ഈ സൂത്രമൊന്നും വിലപ്പോവില്ലെന്നതാണ് മിക്കപ്പോഴും കാണാൻ കഴിയുന്നത്.

തുപ്പുന്നോരും എറിയുന്നോരും

സസ്യങ്ങളിൽ തുപ്പുന്നവരും എറിയുന്നവരും ഉണ്ട്. ഇത് ആരെയും ഭയപ്പെടുത്താനോ ഉപദ്രവിക്കാനോ അല്ല കേട്ടോ. മറിച്ച് വിത്തു വിതരണത്തിനുള്ള മാർഗ്ഗമെന്ന നിലയ്ക്കാണ്. വിത്തുകൾ ദൂരെ എത്തിക്കാനുള്ള സൂത്രമാണ് ഈ തുപ്പലും എറിയലും.

ഇത്തരം സസ്യങ്ങളെക്കുറിച്ച് അറിഞ്ഞോളൂ.

സ്കോർട്ടിങ് കുക്കുമ്പർ

വെള്ളരിയുടെ കുടുംബമായ കുക്കുർബിറ്റേസിയേ കുടുംബത്തിൽ പെട്ട സസ്യമാണ് സ്കോർട്ടിങ് കുക്കുമ്പർ. എക്ബാലിയം എലറ്റേരിയം എന്നാണ് ഇതിന്റെ ശാസ്ത്രനാമം. ഇതിന്റെ ജന്മദേശം യൂറോപ്പ്, വടക്കേ ആഫ്രിക്ക, ഏഷ്യ എന്നിവിടങ്ങളാണ് എന്നു പറയപ്പെടുന്നു. ഇതിനെ ഒരു

അലങ്കാരസസ്യമായി വളർത്തുന്നുണ്ട്.

ഇത് പേര് പോലെ തന്നെ ഒരു 'തുപ്പുന്ന' സസ്യമാണ്. ഇതിന്റെ ഫലം പാകമാകുമ്പോൾ അതിനുള്ളിലുള്ള വഴുവഴുപ്പുള്ള ദ്രാവകം വിത്തുകളോടൊപ്പം പുറത്തേക്കു തെറിപ്പിക്കുന്നു. ഇക്കാരണത്താലാണ് ഇതിനെ സ്ക്വോർട്ടിങ് കുക്കുമ്പർ അഥവാ എക്സ്പ്ലോഡിങ് കുക്കുമ്പർ എന്നു വിളിക്കുന്നത്. ഇപ്രകാരം വിത്തുകൾ 3–6 മീറ്റർ ദൂരം വരെ തെറിപ്പിക്കാൻ ഈ സസ്യത്തിനു കഴിയും.

ഇത് ഒരു വിഷസസ്യമാണ്. പണ്ടുകാലങ്ങളിൽ ഇത് ഗർഭച്ഛിദ്രത്തിന് ഉപയോഗിച്ചിരുന്നുവത്രെ. എന്നാലും ഇതിനു ചില ഔഷധഗുണങ്ങളുമുണ്ട്. നേരിയ അളവുകളിൽ ഇത് മലബന്ധം. മൂത്രതടസ്സം, സിറോസിസ് എന്നിവയുടെ ചികിത്സയ്ക്ക് ഉപയോഗിക്കുന്നുണ്ട്.

ബാൾസം

അഴകുള്ള വർണ്ണപ്പൂക്കൾ വിടർത്തി നില്ക്കുന്ന ബാൾസം കണ്ടിട്ടില്ലാത്തവരുണ്ടാകില്ല. ഓറഞ്ച്, ഇളംചുവപ്പ്, കടും ചുവപ്പ്, മെറൂൺ, റോസ്, ഇളം റോസ്, വയലറ്റ്, വെള്ള എന്നിങ്ങനെ വിവിധ നിറത്തിൽ ബാൾസം പൂത്തുനില്ക്കുന്നത് കാണാം.

ബാൾസം ബാൾസാമിനേ കുടുംബത്തിൽ പെട്ടതാണ്. ഇംപേഷ്യൻസ് ബാൾസാമിന എന്നാണ് ഇതിന്റെ ശാസ്ത്രനാമം. ഇവ ഇളം പ്രായത്തിൽ പച്ച നിറവും പാകമായിക്കഴിയുമ്പോൾ മഞ്ഞകലർന്ന പച്ച നിറവുമാണ്. വിത്തുകൾ പാകമായിക്കഴിയുമ്പോൾ ചെറിയ സ്പർശനമോ അനക്കമോ കൊണ്ട് പോലും ശക്തിയോടെ പൊട്ടിത്തെറിക്കുകയും അതിന്റെ ഫലകഞ്ചുകം അഞ്ചു ഭാഗങ്ങളായി പിരിഞ്ഞ് സ്പ്രിങ് പോലെ ചുരുളുകയും ചെയ്യുന്നു. ഇതിന്റെ

ഫലമായി വിത്തുകൾ ഏറെ ദൂരേക്ക് തെറിച്ചു വീഴുകയും ചെയ്യുന്നു. എത്ര എളുപ്പത്തിൽ വിത്തു വിതരണം നടക്കുന്നുവെന്നു നോക്കൂ. ഇനി ബാൾസം ചെടി കാണുമ്പോൾ വിത്തുകൊണ്ട് എറിയുന്ന അതിന്റെ സൂത്രവിദ്യ ശ്രദ്ധിക്കുമല്ലോ?

റുവെല്ലിയ

മനോഹരമായ വയലറ്റു പൂവുകൾ വിടർത്തി വഴിയോരത്തു നില്ക്കുന്ന റുവെല്ലിയ സസ്യത്തെ കേരളത്തിലെ ഗ്രാമപ്രദേശങ്ങളിലും വെളിമ്പ്രദേശങ്ങളിലും കാണാം. കുട്ടികൾ വെടിപ്പച്ച എന്നു വിളിക്കുന്ന ഈ സസ്യം ഒരു ഔഷധിയാണ്. ചെറിയ ശബ്ദത്തോടെ കായ്കൾ പൊട്ടിത്തെറിക്കുന്നതുകൊണ്ട് ആവാം ഈ സസ്യത്തിന് വെടിപ്പച്ച എന്ന പേര് വന്നത്.

ഇത് അക്കാന്തേസിയെ കുടുംബത്തിൽപെട്ടതാണ്. ജീൻ റുവെല്ലി എന്ന പ്രസിദ്ധ ഭിഷഗ്വരന്റെ ഓർമ്മയ്ക്കായാണ് ഇതിന് റുവെല്ലിയ എന്ന പേര് നല്കിയത്. ഇതിന്റെ കായ്കൾക്ക് പച്ച നിറമാണ്. കായ്കൾ പാകമാകുമ്പോൾ കറുപ്പു നിറമാകും. ആ സമയത്ത് അവ രണ്ടായി പൊട്ടിത്തെറിക്കുകയും വിത്തുകൾ പുറത്തേക്ക് എറിയപ്പെടുകയും ചെയ്യും. ഇത്തരത്തിൽ മാതൃസസ്യത്തിൽനിന്ന് ദൂരേക്ക് വിത്തുകളെ വീഴ്ത്തുന്നതിനുള്ള സൂത്രമാണ് ഈ സസ്യത്തിന്റെ പ്രത്യേകത.

വിത്തു വിതരണത്തിന് ഏറു വിദ്യ പ്രയോഗിക്കുന്ന വേറെയും സസ്യങ്ങളുണ്ട്. ജെറാനിയം, ബോഹീനിയ, മരച്ചീനി തുടങ്ങിയവ, ഇക്കൂട്ടത്തിൽ പെട്ടവയാണ്.

വമ്പന്മാർ

വലിപ്പംകൊണ്ട് ലോകത്തെ അതിശയിപ്പിച്ച ഒട്ടേറെ വൃക്ഷങ്ങളുണ്ട്. സസ്യലോകത്തെ ഭീമൻമാരെക്കുറിച്ചു കേട്ടിട്ടുണ്ടോ ഇവയെക്കുറിച്ച് അറിയാൻ ശ്രമിക്കാം.

ഭീമൻ സെക്കോയ

ലോകത്തെ ഏറ്റവും വലിയ വൃക്ഷങ്ങൾ ഏതെന്നറിയുമോ? ഭീമൻ സെക്കോയ എന്നറിയപ്പെടുന്ന റെഡ് വുഡ്മരങ്ങളാണ് ഈ വമ്പന്മാർ. Sequoiadendron giganteum എന്നാണ് ഇതിന്റെ ശാസ്ത്രനാമം. അതിലെ ആളുകളുടെ ഉയരവും വൃക്ഷത്തിന്റെ ഉയരവും നിരീക്ഷിക്കുമ്പോൾതന്നെ നമുക്ക് അതിന്റെ വലിപ്പം മനസ്സിലാകും. ഏറ്റവും വലിയ വൃക്ഷമെന്ന പദവി മാത്രമല്ല ഇവയ്ക്ക് കേട്ടോ. ഏറ്റവും വലിയ ജീവനുള്ള വസ്തു എന്ന ബഹുമതിയും ഈ വൃക്ഷത്തിനു തന്നെ.

ഏകദേശം 50–84 മീറ്റർ വരെ ഉയരത്തിലും 6–8മീറ്റർ വരെ വ്യാസത്തിലും ഇവ വളരും. വാർഷിക വലയങ്ങളുടെ എണ്ണം അനുസരിച്ച്, ഇവയിൽ ഏറ്റവും പ്രായം കൂടിയതെന്നു വിശ്വസിക്കപ്പെടുന്ന വൃക്ഷത്തിന് 3500 വർഷം പ്രായമുണ്ട്. ഭീമൻ സെക്കോയ വൃക്ഷങ്ങൾ ഭൂമിയിലെ ഏറ്റവും പ്രായമുള്ള ജീവവസ്തുക്കളുമാണ്. ഇവ വിത്തുകളിലൂടെയാണ് പ്രജനനം

നടത്തുന്നത്. 12 വർഷം പ്രായമാകുമ്പോൾ മുതൽ ചെറുവൃക്ഷങ്ങൾ കോണുകൾ ഉല്പാദിപ്പിച്ചു തുടങ്ങും. വലിയ സെക്കോയ മരം ഒരു സമയം 11000 കോണുകൾ വരെ ഉല്പാദിപ്പിക്കുമത്രെ. ഇവയിലൂടെ 300000-400000 വിത്തുകളും. വിത്തുകളിൽ ചിറകുകളുണ്ട്. അതിനാൽ മാതൃസസ്യത്തിൽനിന്ന് ഏകദേശം 180 മീറ്റർ ദൂരം വരെ വിത്തുകൾക്ക് പറന്നു പോകാൻ കഴിയും.

കാട്ടുതീയിൽനിന്ന് രക്ഷ നേടാനുള്ള കഴിവ് ഈ വൃക്ഷങ്ങൾക്കുണ്ട് അതിനായി പലവിധ അനുകൂലനങ്ങൾ അവയ്ക്കുണ്ട്. ഇവയുടെ തൊലി തീയെ ചെറുക്കാൻ കഴിവുള്ളവയാണ്. മാത്രമല്ല അവയുടെ കോണുകൾ തുറക്കുന്നത് തന്നെ കാട്ടുതീയുണ്ടായ ശേഷമാണ്. കാട്ടുതീയുണ്ടാകാത്ത പക്ഷം അടിക്കാടുകൾ വളർന്നുമൂടി സെക്കോയ തൈകൾക്കു വളരാനുള്ള സാഹചര്യം നിഷേധിക്കുന്നതിനാൽ മിക്കപ്പോഴും സെക്കോയ തൈകൾ വളർന്നു വരുന്നത് മിക്കപ്പോഴും കാട്ടുതീയെ തുടർന്ന് അടിക്കാടുകൾ നശിച്ചു കഴിഞ്ഞശേഷം മാത്രമാണ്. അതിനാൽ നിയന്ത്രിതരീതിയിൽ തീയിടൽ ഇവയുടെ സംരക്ഷണത്തിനായി അവലംബിച്ചു വരുന്നു.

ഇവയുടെ മുറ്റിയ തടി ഈടു നില്ക്കുന്നതാണ്. എന്നാൽ നാരുകളുള്ളതും പൊട്ടിപ്പോകുന്നതുമായതിനാൽ ഇത് നിർമ്മാണപ്രവർത്തനങ്ങൾക്കായി ഉപയോഗിക്കാറില്ല. വേലിക്കുള്ള പോസ്റ്റായും തീപ്പെട്ടിക്കൊള്ളിക്കും മറ്റും ഇത് ഉപയോഗിക്കാറുണ്ട്.

വൻ പേരാൽ വൃക്ഷം

ഏറ്റവും ഉയരത്തിൽ വളരുന്ന വൃക്ഷം നാം കണ്ടു. ഇതുപോലെ ഏറ്റവും വിശാലമായി വളരുന്ന വൃക്ഷമേതാണെ

ന്നറിയണ്ടേ? The Great Banyan എന്നറിയപ്പെടുന്ന വൻ പേരാൽ വൃക്ഷം ആണത്. കൊൽക്കത്തയിലെ ഹൗറയിലുള്ള ആചാര്യ ജഗദീശ് ചന്ദ്ര ബോസ് ബൊട്ടാണിക് ഗാർഡനിൽ വളരുന്ന ഈ സസ്യത്തെ ചുറ്റിനടന്നു കാണുവാനായി 970 മീറ്റർ ചുറ്റളവിൽ ഒരു റോഡ് നിർമ്മിച്ചിട്ടുണ്ട്. ഇപ്പോൾ ഈ സസ്യത്തിന്റെ ശാഖകൾ ആ റോഡിനു മുകളിലൂടെ വളർന്നുകഴിഞ്ഞു. ഇവയുടെ ശാഖകൾ താണു വളരാതി രിക്കാനായി ഇളം പ്രായത്തിൽ അതിനു താങ്ങു നല്കുന്നുണ്ട്. ഈ സസ്യത്തിന്റെ തായ്ത്തടി പൂർണ്ണമായും നശിച്ചു കഴിഞ്ഞു. 1925 ൽ ഇത് പൂർണ്ണമായും നീക്കം ചെയ്തു. എങ്കിലും ശിഖരങ്ങളിൽനിന്ന് വളർന്നു തറയിൽ മുട്ടിയ 3772 ലധികം താങ്ങു വേരുകളിലൂടെ ഈ സസ്യം വളർന്ന് ഒരു പന്തലിന്റെ പ്രതീതി സൃഷ്ടിക്കുന്നു.

മോറേസിയെ കുടംബത്തിൽപ്പെട്ട ഈ സസ്യത്തിന്റെ ശാസ്ത്രനാമം ഫൈക്കസ് ബെങ്കാളെൻസിസ് (Ficus benghalensis) എന്നാണ്. ഈ വൃക്ഷത്തിന് ഏകദേശം 250 വർഷത്തിലേറെ പ്രായമുണ്ടെന്ന് കണക്കാക്കപ്പെടുന്നു. 1864 ലും 1867 ലും ഉണ്ടായ കൊടുങ്കാറ്റുകളുടെ ഫലമായി ചില ശിഖരങ്ങൾ ഒടിഞ്ഞുപോയെങ്കിലും ഈ വൃക്ഷത്തിന് അവയെ അതിജീവിക്കാൻ കഴിഞ്ഞു. ഏകദേശം 19000 ച കി മീ വിസ്തീർണ്ണത്തിലും 486 m ചുറ്റളവിലും ഇതു വളർന്നു കഴിഞ്ഞു. 940 ലധികം മീറ്റർ ഉയരമുണ്ട് ഇതിന്റെ ഏറ്റവും ഉയരമുള്ള ശാഖയ്ക്ക്. അസംഖ്യം താങ്ങുവേരുകളിൽ താങ്ങി നിർത്തപ്പെടുന്ന ഒരു ഹരിതമേലാപ്പ് ഒന്നു സങ്കല്പിച്ചു നോക്കു, എത്ര രസമായിരിക്കും അതിനടിയിലൂടെ നടക്കാൻ അല്ലേ? കൊതിക്കേണ്ട കേട്ടോ. പണ്ട് താങ്ങു വേരുകൾക്കിടയിലൂടെ ചുറ്റിക്കറങ്ങി ആസ്വദിച്ചു നടന്ന സഞ്ചാരികൾ സസ്യത്തിന് ദോഷം വരുത്തുന്ന രീതിയിൽ പ്രവർത്തിച്ചതിനാൽ ഇപ്പോൾ ഈ പ്രകൃതിദത്ത മേലാപ്പിനുള്ളിലേക്ക് പ്രവേശനം നിരോധിച്ചിരിക്കുകയാണ്. സസ്യങ്ങളെ ഉപദ്രവിക്കുന്നത് നന്നല്ലെന്നു കൂട്ടുകാർക്ക് ഇപ്പോൾ മനസ്സിലായല്ലോ?

നിരീക്ഷിക്കാം കണ്ടെത്താം

സസ്യലോകത്ത് രസകരങ്ങളായ സ്വഭാവ സവിശേഷതകൾ പുലർത്തുന്ന ഒട്ടേറെ അംഗങ്ങളെ കണ്ടെത്തിയെന്നു വരാം. സൂക്ഷ്മവും നിരന്തരവുമായ നിരീക്ഷണങ്ങളിലൂടെ മാത്രമേ ഇത്തരം സവിശേഷതകൾ കണ്ടെത്താനാകു. നിങ്ങൾ കാണുന്ന ഓരോ സസ്യത്തിനും അതിന്റെ നിലനില്പിനാധാരമായ ഒട്ടേറെ സ്വഭാവ സവിശേഷതകൾ ഉണ്ടായിരിക്കും ഇവയിൽ കൗതുകകരങ്ങളായ ഒട്ടേറെ പ്രത്യേകതകൾ കണ്ടെത്താനായെന്നുവരാം. കണ്ണും കാതും മൂക്കും മനസ്സും തുറന്ന് അത്തരം പ്രത്യേകതകൾ കണ്ടെത്താനുള്ള ശ്രമങ്ങളാരംഭിക്കുക.. കൗതുകങ്ങളുടെ ലോകം നിങ്ങൾക്കു മുന്നിൽ തുറന്നു കിട്ടുന്നത് കാണാം.

അവലംബം

1. https://en. wikipedia. org/wiki/Parasitic_plant
2. https://www. britannica. com/list/top-5-most-awesome-parasitic-plants
3. https://www. britannica. com/topic/parasitic-plant
4. dept. ca. uky. edu/Morphology/Formparasite. pdf
5. www. sciencefocus. com/feature/environment/top-5-parasitic-plants
6. കേരളത്തിലെ വനവൃക്ഷങ്ങൾ - ഡോ. ടി ആർ ജയകുമാരി, ആർ വിനോദ്കുമാർ
7. ഇരപിടിയൻ സസ്യങ്ങളും വിശുദ്ധ സസ്യങ്ങളും -ടോണി ചിറ്റേട്ടുകളം
8. ഔഷധ സസ്യങ്ങൾ 1, 2, ഡോ: നേശമണി